ఆట సాగుతూనే ఉంటది

కస్తూరి విజయం
VICTORY OF KASTURI

తోకల రాజేశం

Aata Sagutune vuntadi

of

Thokala Rajesham

Published By: Kasturi Vijayam

Published on: Aug 2026

ISBN (Paperback): 978-81-988184-9-2

Print On Demand

Ph:0091-9515054998

Email: Kasturivijayam@gmail.com

Book Available

@

Amazon, flipkart

అంకితం

ఈ దేశ చరిత్రను అర్థం చేసుకోవడానికి,

తద్వారా ఈ దేశాన్ని అర్థం చేసుకోవడానికి,

తద్వారా నన్ను నేను అర్థం చేసుకోవడానికి

కారణమైన మహానుభావుడు

డా. బి.ఆర్. అంబేద్కర్ గారికి

సవినయంగా.

తోకల రాజేశం

సమకాలీన సంవేదనలు మెండుగా ఉన్న కవిత్వమిది

జి. లక్ష్మీనరసయ్య

తోకల రాజేశం కవిత్వం లో తన ప్రాంతం పట్లా, మొత్తం సమాజం పట్లా ఆర్తిపూర్వక పట్టింపు ఉంది. బహుజన జీవిత సమస్యల పట్ల వేదన ఉంది. బాధ్యత ఉంది. అంబేద్కర్ ఆలోచనల ప్రభావం ఉంది. విప్లవ భావాల జాడ ఉంది. సమకాలీన సామాజిక రాజకీయ ఘటనల గురించిన విమర్శనాత్మక దృష్టి ఉంది. ఆలోచన , ఉద్వేగం కలగలిసిన వాక్య సంపత్తి ఉంది. తను రాస్తున్న విషయం మీద ఎంత స్పష్టత ఉందో ఆ విషయాన్ని కవిత్వం చేయటంలో అంతే అలవోకతనం ఉంది.

బెస్త కుల నేపథ్యం నుంచి వచ్చిన ఈ కవి ఆలోచనలు చెరువుతోనూ, చేపలతోనూ, వలతోనూ, శ్రమతోనూ నిండి ఉన్నాయి. దినదిన మనుగడలో తాండవమాడే సబ్బండ సంస్కృతిలో తడిసిన ఇతని అక్షరాలు అందుకే తడిగా పలుకరిస్తాయి. పాఠకుల్ని తమ వైపుకు తిప్పుకుంటాయి.

"మేమంతా తల్లి కడుపులోనుంచి సరాసరి
చెరువు కడుపులోకి చేరుతాం బువ్వ పెడుతుందని

ఎండాకాలం మొదలవ్వగానే

మా బెస్తోళ్ల ఇళ్ళముందుకు చేపల ఋతువు దిగేది

చెరువు తల్లికి మొక్కితే

మాకు బుట్టెడు బుట్టెడు చేపలిచ్చేది

తన కడుపులో వల వేసి దేవితే

మా కడుపులు నింపిన కన్నతల్లి మా చెరువు

చెరువుతో మా పేగు బంధానికి ఎన్ని వేల ఏళ్ళో?"

బెస్తలకూ చెరువులకూ ఉన్న సంబంధాన్ని ఇలా రికార్డు చేశాడీ కవి. రాజకీయ నాయకులు జనాల్ని మోసం చేయడానికి వల విసిరితే జీవిక కోసం వల విసురుతారు బెస్తలు. ఆ వలా ఈ వలా ఒకటి కాదు కవి దృష్టిలో. అందుకే అంటాడు

"ఇంతకీ వాని వల రహస్యం ఏమనుకుంటున్నారూ?

కులమొక పోగు మతమొక పోగు

ప్రజాస్వామ్య మొండి కత్తి తెంపినా తెగని వల "

జనాన్ని మోసం చేసే వల రాజకీయం కనుక 'దేశమిప్పుడు

వలలో విలవిల' అనే ప్రకటన చేశాడు.

'ఉచ్చు' అనే కవితలో పాలన అంటే ఇక్కడ ఒక ఉచ్చును పన్నడంగా వర్ణించాడు. 'వేటగాని పథకం పారుతోంది' అని చెబుతూనే పిట్టల చైతన్యం వేటను చిత్తు చేయడాన్ని చూపాడు. 'మా అవ్వ' అనే కవితలో తల్లిని గురించీ ఆమె శ్రమ సౌందర్యం గురించీ రాసిన విధానం ఆకట్టుకుంటుంది.

"అవ్వ అడవి నుంచి నడిచొస్తుంటే

ఆకలి పాటలు పాడుతున్న పేగులతో
మా ముగ్గురి చూపులూ
గంప మీద గుడ్డీగలై మూగేవి
తునికాకు కోస్తున్నప్పుడు చూడాలి
మా అవ్వే
ఒక ఆకుపచ్చని అడవిలా కనిపించేది "

ఇలాంటి అభివ్యక్తి ఇతని కవితా శక్తిని ఇట్టే పట్టిస్తుంది. మామిడి పండ్లు రెండు కోసినందుకు ఆధిపత్య కులస్తుల చేతుల్లో హత్యకు గురైన బక్కి శ్రీను ఉదంతం గురించి రాస్తూ ఈ కవి అంటాడు:

"మనుషుల రక్త నాళాల్లో ప్రవహిస్తున్న కులాలు
మనుషులు నాటిన చెట్లలోనూ
చెట్లకు కాసిన పళ్ళలోనూ
మొరుగుతాయని మా అయ్యవ్వలు చెప్పి ఉంటే
అసలు పండ్లు తినటమే నేర్చుకునే వాణ్ని కాదు"

ఇలా ఉంటుంది కవిగా ఇతని ధోరణి.

ఈనాటి వాట్సాప్ యూనివర్సిటీ అబద్ధాల వ్యవస్థలో దేశం ఓ పెద్ద అబద్ధంలో కూరుకుపోయి నిజం ఎండమావిగా తయారైన పరిస్థితిని దృష్టిలో ఉంచుకుని, 'మురికి కాళ్ళ ఈగ /ముట్టని పదార్థాలు లేనట్లే /అబద్ధం దూరని సందులూ గొందులూ ఏవీ లేవు' అని రాస్తాడు. 'దేశానికి అందమైన నాటకాన్ని విందు చేస్తుంది' అని వాపోతాడు. 'నా తల్లీ తెలంగాణా' అనే

కవితలో తెలంగాణా రాష్ట్రం ఏర్పడినప్పటికీ ఆశించిన స్వేచ్ఛ దొరికినట్లేనా అని సందేహిస్తాడు.

"నువ్వు కోరుకున్న ఇల్లు కట్టుకున్నావు కానీ
కోరుకున్న స్వేచ్ఛా స్వాతంత్ర్యాలు
నీ గుండె సడిలో వినిపిస్తున్నాయా తల్లీ!"

అనడంలో కొంచెం విమర్శ ఉంది.

ఇంకా మత రాజకీయాల గురించీ, బాధ్యత లేని పాలకుల గురించీ, ఆశా నిరాశల మధ్య జరిగే సంఘర్షణల మధ్య సాగుతున్న ఆటల గురించీ, కవిత్వ భాష గురించీ ఈ కవి రాశాడు. మొత్తంగా చూస్తే ఈనాటి కవిత్వంలో ఇమిడిపోయిన క్లుప్తతనూ, గుప్తతనూ, లోతునూ ఈ కవి సాధించాల్సి ఉంది.

కవిత్వం రాయడంలోని పడికట్టుతనాన్ని కొంత పక్కన పెట్టగలిగిన రాజేశం, 'నాయనమ్మ చెప్పిన కథల్లోని పలుకులు/జీడీ పలుకులంత కమ్మగా ఉంటై' అని గమనించగలిగిన రాజేశం, అమ్మలక్కల చీర కొంగుల నుంచి రాలిపడే మాటల్లో తెలుగు తల్లిని చూసిన రాజేశం ముందు ముందు కవిత్వం లో మరింత తేజస్సునూ లోతునూ సాధించగలడనే నమ్మకం కలుగుతుంది. సమకాలీన సంవేదనలు మెండుగా ఉన్న కవిత్వమిది. అందుకు కవి రాజేశంకు అభినందనలు.

******

నా లోకంలోకి...

నా లోకం కవిత్వం. ఇది నాకు సమాజాన్ని కొత్తగా పరిచయం చేసింది. నన్ను సమాజానికి కొత్తగా పరిచయం చేసింది. కవిత్వం లేకపోయి ఉంటే నేనేమైపోయేవాడినో ఒక్కోసారి తల్చుకుంటేనే భయం వేస్తుంది. కవిత్వం నా జీవితంలో తల్లిలాంటి పాత్ర పోషించింది. కవిత్వం ఒక ఓదార్పు. కవిత్వం ఒక సాంత్వన. కవిత్వం నా జీవితానికి నిరంతర స్ఫూర్తి. జీవితంలో ఎలాంటి వెలితి వచ్చినా నన్ను అక్కున చేర్చుకొని ఆదరించేది కవిత్వమే. అలా కవిత్వం నా బతుకులో ఒక అవిభాజ్యమైన భాగం.

నేను జీవితంలోనైనా, కవిత్వంలోనైనా సత్యాన్నే విశ్వసిస్తాను. కవిత్వం వైయక్తిక అనుభవాల మీదుగా సమాజంలోకి ప్రవేశించాలన్నది నా దృఢనిశ్చయం . భావాల దగ్గరి నుంచి భౌతిక వస్తువుల దాకా సమాజంతో సంబంధం లేకుండా ఏదీ విడిగా ఉండటానికి అవకాశం లేదు. కళలు కూడా అంతే. సాహిత్యం కూడా సమాజం కోసమే. కాబట్టి సమాజంలో జరుగుతున్న అన్ని పరిణామాలను వాటి ఫలితాలతో సహా కవిత్వం పట్టుకోవాలన్నది నా ఉద్దేశం. కవిత్వం వర్తమానాన్ని రికార్డు చేయగల ఒక చారిత్రక పనిముట్టు.అనేక ఇతర అంశాలతో పాటు కవిత్వం కూడా సమాజ పురోగమనాన్ని ఆశించాలి. దానిని ప్రతిబింబించాలి. ఈ నా భావాలకు అనుగుణంగా నేను ఎంతవరకు రాసానో నన్ను నేను సరిగ్గా అంచనా వేసుకోలేను కానీ కొంత ప్రయత్నం మాత్రం చేశానని చెప్పుకోగలను. నేను

రాసిన వాక్యాల్లో కవిత్వం ఉన్నా లేకున్నా సత్యం మాత్రం ఉందనే నమ్మకంతో ఈ పుస్తక ప్రచురణకు పూనుకున్నాను. నిజం కోసం నిలబడని ఏ కళకైనా సరియైన విలువ ఉంటుందని నేను అనుకోను.

ఈ పుస్తకాన్ని తమ "కస్తూరి విజయం" ప్రచురణల తరపున ముద్రించటానికి ఒప్పుకున్న 'సుధీర్ రెడ్డి పామిరెడ్డి' గారికి, అడగగానే అద్భుతమైన ముందుమాటను రాసి పంపిన ప్రసిద్ధ విమర్శకులు గుంటూరు లక్ష్మీ నరసయ్య గారికి కృతజ్ఞతలు. దాదాపు రెండు దశాబ్దాలుగా సాగుతున్న ఈ సాహితీ యాత్రలో నాకు సహకారాన్ని అందిస్తున్న బంధు మిత్రులకు, కుటుంబ సభ్యులకు ధన్యవాదాలు.

మీ

తోకల రాజేశం

విషయసూచిక

మట్టి భాష

నోటితో అక్షరాలను ఏరుకోవటం
తెలిసిన తరువాత
పదాలను కాగితపు పొలంలో నాటేయటం
నేర్చిన తరువాత
భాష తెలిసిందని సంబరపడ్డాను

నా కలం నుంచి
ప్రాణహితా జలాలు కురుస్తుంటే
నా గళం నుంచి
కోయిల స్వరాలు విరుస్తుంటే
నాదే అసలు భాషగా భ్రమ పడ్డాను

నాయిన రెండెద్దుల నడుమ నాగలై
చాళ్లుగా విచ్చుకుంటున్న భూమితో మాట్లాడుతున్నప్పుడు

నా తల్లి పొలం గడప మీద ఆకుపచ్చని ముగ్గులేస్తూ
మట్టి గొంతునెత్తి పాటందుకున్నప్పుడు

తోకల రాజేశం

తెలుగు భాష
అన్నం మెతుకంత తియ్యగా మారటం చూసాను

నా చెయ్యి పట్టుకొని
రామాయణం చుట్టూ భారతం చుట్టూ తిప్పుతూ
నాయనమ్మ చెప్పే కథల్లోని పలుకులు
జీడి పలుకులంత కమ్మగా ఉంటాయి

మా ఊరి నుంచి మంచిర్యాలకు పోయే బస్సులో కూసుంటే
అమ్మలక్కల చీరకొంగుల నుంచి రాలిపడే మాటల్లోని తెలుగు తల్లి
కాళ్లకు చేతులకు వెండి కడియాలు పెట్టుకున్న నిండు ముత్తైదువులా
కనిపిస్తుంది

చదువుకున్నోళ్లంతా భాష నోట్లో మట్టి కొడుతుంటే
భాషకింత మట్టిని పూసి బతికించుకుంటున్నది వాళ్లే

-డిసెంబర్22, 2023 Asianet news(తెలుగు) అంతర్జాల పత్రిక

****

మనిషే గెలుస్తాడు

దేశానికీ - దేశానికీ మధ్య

చిగురులెత్తిన స్నేహ వారధులను కూల్చి

ఇంటిచెరుపుగానిలా

విషక్రిమి వికటాట్టహాసం చేస్తోంది

మనిషికీ - మనిషికీ మధ్య

తీగలు సాగే ప్రేమ బంధాలను కాల్చి

తరతరాల కక్షలను కడుపులో నింపుకున్నవానిలా

ఇంటింటినీ ఒంటరి సముద్రాలను చేస్తోంది

పురాణాల్లో

నెత్తిమీద భస్మాసుర హస్తం పడిన వాడల్లా

గుప్పెడు బూడిద కుప్పగా మారినట్టు

కరోనా రాబందు వాలిన దేశాలన్నీ

పాలువోసుకున్న కంకులతో కన్నీళ్లింకి

నెర్రెలు వారుతున్న పొలం తల్లులవుతున్నాయి

అయినా మట్టికేనాడూ మరణం లేదు

***

కరోనా!

నేనే జగజ్జేతనని విర్రవీగుతున్నావు కదూ!

తదేక దీక్షతో ప్రాణ దీపాలకు ఆయువులు పేనుతున్న

మా పవిత్ర వైద్యాలయాలను చూడు

డాక్టరు - నర్సు వాళ్లే మా నిజమైన దైవాలు

వాళ్ల తెల్లని మహదాశయానికి భయపడి నువ్వు తోక ముడువక తప్పదు

స్టెతస్కోపు నీ మెడకు ఉరితాడవక తప్పదు

పరిశుభ్రతకు నిలువెత్తు రూపంలా నిలిచి

నిరంతరం పని సూర్యునిలా వెలుగుతున్న

మా పారిశుద్ధ్య కార్మిక సోదరుణ్ణి చూడు

చీపురెత్తి ఊడ్చి అవతల పడేస్తే

నువ్వు మురిగి పోక తప్పదు

రా! ఒకసారి మా రోడ్డు మీదికి రా!

అక్కడ మా నాలుగో సింహం లాఠీకన్ను తెరిచింది

నువ్వు మాడి మసైపోక తప్పదు

వాళ్ళిప్పుడు నాలుగు దిక్కుల్లో

నాలుగు సింహాలై గర్జిస్తున్నారు

మనిషి కోసం

మనిషిని నిలుపుకోవటం కోసం

మనిషిని గెలిపించుకోవటం కోసం

ఖబడ్దార్! నువ్వెన్ని కొత్త రూపాలు తొడుక్కొని వచ్చినా

ఇక్కడ మనిషే గెలుస్తాడు.

(కరోనా కష్టకాలంలో ప్రాణాలకు తెగించి పనిచేసిన వైద్యులు, పారిశుద్ధ్య కార్మికులు, పోలీసుల సేవానిరతిని కొనియాడుతూ)

-ప్రతిలిపి, అంతర్జాల వేదిక

****

నువ్వేదిక్కు

అమ్మకడుపులో అడ్డంతిరిగి
పానం చుట్టూ పేగు బిగించుకున్న నన్ను కాపాడి
తన కళ్లల్లో బోసినవ్వుల్ని నింపిన మేనమామవు నువ్వు

నా చిట్టి గుండెల మీద ప్రేమగా
మొదటి ముద్దు పెట్టింది నీ స్టెతస్కోపే

కక్కుడు-పారుడైనా, జెరం వచ్చినా
నీ చేతిలోని సూది అద్భుత మంత్రదండమై
నన్ను మామూలు మనిషిని చేసేది

నువ్వేక్కించే సెలైన్ బాటిల్
నాలోకి కొత్త కొత్త శక్తిని ఒంపేది

నాకెందుకో
నీ గుండెకాయ మమ్మల్ని

బతికించటానికే కొట్టుకుంటున్నట్టనిపించేది

ఇప్పుడూ అంతే

ప్రజలకోసం నీ గుండెల మీది స్టెతస్కోపు
నిరంతరాయంగా ప్రతిధ్వనిస్తూనే ఉంది

అడవిలోని అమాయకజీవుల్ని
బొక్కల గుట్టలుగా పోగుపెడుతున్న
క్రూరమైన సింహం మీదికి
వేటగాడొక్కడే యుద్ధానికి దిగినట్టు
దవాఖాన నాలుగ్గోడల మధ్య
నువ్వు కరోనా మీదికి
గుండెను విసురుతున్నావు

దేవుళ్ళూ-దైవదూతలూ చేతులెత్తేసి
తలుపులు మూసుకుంటున్న తరుణంలో
నువ్వు మాత్రమే ముందుకు వచ్చి
మా గుండెలకు ఊపిర్లూదుతున్నావు

తోకల రాజేశం

నీ ప్రాణాన్ని ఒక శిబ్బిలో

వృత్తిబాధ్యతను మరో శిబ్బిలో పెడితే

బాధ్యత వైపే మొగ్గిన

తెల్లబట్టల సైనికునివి

అన్నిదిక్కులనూ ఏకం చేసి

మా అందరికీ నువ్వే దిక్కైన లోకబాంధవునివి

పూలు రాల్చటమో

చప్పట్లు కొట్టటమో

మాత్రమే నీకు గౌరవం కాదు

నిన్ను కాపాడుకోవటమే

నీ హృదయంలోని భాషను అర్థం చేసుకోవటమే

నిన్ను పరిమళిస్తున్న మనిషిగా చూడటమే నిజమైన గౌరవం

(కరోనా విషాద సందర్భంగా ప్రజా సేవ చేసిన వారిని కొనియాడుతూ)

****

రా ! కాళోజీ!!

నీ గుండె
వెన్నముద్దతో తయారయిందా?
వెన్నెలముద్దతో తయారయిందా?
ఎదుటివాని కష్టాలను చూసి
నిలువెల్లా నీరయిపోతావు

నీ కలం నిండా
కన్నీళ్లను నింపుకున్నావా?
శ్రమజీవి చెమట చుక్కలు పోసుకున్నావా?
కవిత్వమంతా
ఉప్పుదేలిన మనిషివాసన కొడుతుంది

నువ్వసలు పోలీసువా?
తీవ్రమైన తీవ్రవాదివా?
అన్యాయాన్ని టార్గెట్ చేసి
మాటల తూటాలు దించుతావు

లక్ష్యాన్ని ఛేదించే బాణంలా
భూమిని ముద్దాడే వాన చినుకులా
నీ కవిత్వం
మా మెదళ్లను కడిగి పారేస్తుంది

ఇప్పుడు
అన్యాయం డొక్కలో
కలం పోట్లు పొడిచే భయం లేని గొంతులు కావాలి
ఫాసిజం మీదికి
ఫిరంగులు విసిరే నీలాంటి మనుషులు కావాలి

బతికున్న పీనుగుల్ని
తిట్టటానికైనా ఒకసారి వచ్చిపో కాళోజీ!

06,జులై2026-నమస్తే తెలంగాణ దినపత్రిక
****

గ్రహింపు

అన్నీ అదుపులోనే ఉన్నాయనుకుంటాం

చేతిలోని గాజు గ్లాసు కిందపడి
భళ్ళున పగిలేదాకా అర్థం కాదు

మనస్సు ముక్కలయ్యాక కానీ
ఏం జరిగిందో బోధపడదు

దారపు ఉండ నుంచి పోగు
తెగినంత సులభంగా ఎలా తెగుతాయో బంధాలు?
అతుకుదామని చూస్తాం కానీ
ముడి తెగిన గాయాన్ని గుర్తు చేస్తూనే ఉంటుంది

అన్నీ అనుకున్నట్టే జరుగుతాయనుకుంటాం

అకస్మాత్తుగా వచ్చి కోసిన పంటనంతా

నీటి నోటితో నమిలి పారేస్తుంది తుఫాను

పిడుగులాంటి వార్త నెత్తిమీద పడిన తరువాత కానీ
కాళ్ళకింది భూమి బద్దలైన సంగతి తెలియదు

చెట్టు మీది నుంచి పండు
జారినంత సహజంగా ఎలా రాలిపోతారో మనుషులు?
శోక సముద్రంలో దేవులాడుతాం కానీ
మళ్లీ ఎన్నడూ ఆ పలకరింపు గుండెను తాకదు

ఏదో ఘనమైనదే సాధించామని అనుకుంటాం

బావిలోనుంచి బయటకు దూకే దాకా
లోకమేమిటో తెలిసి చావదు

ప్రపంచాన్ని పాతాళ గరిగెతో
తోడితే కానీ నిజం కనిపించదు

మట్టిలో నుంచి సరాసరి నింగిలోకి
క్షిపణి దూసుకెళ్లినంత గర్వంగా ఎలా ఎదుగుతాడో మనిషి?

కిందపడతాడని భయం నీడలో చేరతాం కానీ
కొన్ని చేతులు నేలమీద నిచ్చెనలల్లుతూనే ఉంటాయి

నా దగ్గర ఏదీ లేదనుకుంటాం

ఏకాంతం ఒడిలో గుండెలోకి తొంగి చూసుకునేదాకా
ఏది నీ జీవితమో స్పష్టం కాదు

అంతరంగానికి ముసురు పట్టినప్పుడు కానీ
నీ కోసం కొందరున్నారని అర్థం కాదు

ఏదీ మనది కాదనుకుంటాం
అన్నీ మనవేనని గ్రహింపులోకి రానంత వరకు
జీవితమేమిటో బొత్తిగా అర్థం కాదు.

-ఏప్రిల్ 2026, నెచ్చెలి అంతర్జాల మాసపత్రిక

****

ఎటువైపో మనిషి?

చెట్టుమీది నుంచి
ఆకుపచ్చని ప్రాణం ఎగిరిపోగా
మిగిలిన మోడులెక్క ఇప్పుడు మనిషి

వేడివేడి పెనం మీద పడి
మాయమవుతున్న నీటి బిందువులవోలె
ఈనాటి మనిషి

నానాటికీ
లోలోపలికి కుచించుకుపోతున్న
మా గొల్లవాగు చెలమ నీటి తీరు
ప్రస్తుతం మనిషి

నడిరోడ్డుపైన
భళ్ళున నెత్తురు సీసా పగిలినట్టు
ఒకడు ప్రమాదం నోట్లోపడి గిలాగిలా కొట్టుకుంటుంటే
వెంటనే సెల్లులు వేయి కన్నులు తెరుస్తాయి
మనిషి మాత్రం గుండె తెరువడు

'విహార యాత్రా స్థలి'గా పేరు తగిలించుకున్న
ఒకానొక నదీ మధ్య భాగంలో
నీటి కత్తులు విచ్చుకొని
స్నేహితుల ప్రాణాలను కరకరా కోస్తుంటే
కెమెరాలు దీక్షగా
ప్రమాద దృశ్యాలను ముద్రిస్తూ కూర్చుంటాయి
మనిషి మాత్రం చేయి చాపడు

మనిషి మాంసం రుచి మరిగిన
అడవి జంతువొకటి
దేశం నుదుటి మీద నెత్తుటి హోలీ ఆడుతుంటే

తోకల రాజేశం

వాట్సాప్ మురుగు కాలువల గుండా

దేశభక్తి ఉవ్వెత్తున ఉరకలెత్తుతుంది

సాటి మనిషి విషయంలో

ఎవని గుండె సైతం అచ్చమైన

త్రివర్ణ పతాకమై నీడనివ్వదు

మనిషిప్పుడు

నెర్రెల నోళ్లు తెరిచిన పంట పొలాలను చూస్తూ

ఎన్నటికీ కురవని నల్లమేఘం

ఎడారి సముద్రంలో మొలిచి

బాటసారికి జానెడు నీడను సైతం

జారవిడువని బ్రహ్మజెముడు

****

గ్రంథాలయం

అక్కడ పుస్తకాలు నిద్రపోతున్నట్టే కనిపిస్తాయి
కానీ మన కోసం వేల కలల్ని కంటాయి
పేజీ పేజీలో మనకోసం వెన్నెల నదుల్ని పరుస్తాయి
చిటికెన వేలును పట్టుకొని
ప్రపంచాన్ని చుట్టించుకొని వస్తాయి

పుస్తకాలకు రెక్కలుంటాయి
చదువుతుంటే మనకూ మొలుస్తాయి

అత్తరు పరిమళం
పూల పరిమళం కాదు
పుస్తకాలలో ఒదిగిన అక్షరాల నుంచి
వీచే పరిమళం
ఎన్నికోట్లు పోస్తే దొరుకుతుంది?
అది అడుగడుగునా
మన జీవితాల్లో గుబాళిస్తూనే ఉంటుంది

ఎందరి రక్తమాంసాలో కదా పుస్తకాలు

ఎందరి నిద్రలేని రాత్రులో కదా అక్షరాలు

అందుకే వాటినిండా మనిషి వాసన

పుస్తకాలే లేకపోతే

మానవసమాజం ఏనాడో మాయమయ్యేది

ఒక్కొక్క పుస్తకం

ఒక్కొక్క కొత్త ప్రపంచం

అంతులేని ఈ విశాల విశ్వం లాగే

అంతులేని జ్ఞానానికి ఊటబావి గ్రంథాలయం

ఏమీ కాని విత్తనాన్ని

పెంచి పెద్దవృక్షంగా మార్చి ఆకాశానికి సవాలు విసిరే

మట్టితల్లిలాంటిది గ్రంథాలయం

నాకైతే ఏ ఆలయాలూ అవసరం లేదు

ఒక్క గ్రంథాలయం తప్ప.

RS అక్షర క్షేత్రం, యుట్యూబ్ ఛానెల్

****

ఆ రెండు పండ్లు

ఆ రెండు మామిడిపండ్లు
నాతో ఏడడుగులు నడిచి వచ్చిన నా ఇంటిదాన్ని
అమాంతం ఏడారిలోకి తోస్తాయని తెలిసి వుంటే
వాటిని ముట్టేవాణ్ణే కాదు

రెండే రెండైన ఆ పండ్లు
నా జీవితమ్మీదికి ఆప్యాయంగా అల్లుకుంటూ
ఎదుగుతున్న నా చిన్నారులకు
'తండ్రి లేనోడ'న్న కొత్తపేరును తగిలిస్తాయని ఎరుకై వుంటే
వాటిని ఎడమకాలితో కూడా తాకేవాణ్ణి కాదు

మనుషుల రక్తనాళాల్లో ప్రవహిస్తున్న కులాలు
మనుషులు నాటిన చెట్లలోనూ
చెట్లకు కాసిన పళ్లలోనూ
మొరుగుతాయని మా అవ్వయ్యలు చెప్పివుంటే
అసలు పండ్లు తినటమే నేర్చుకునేవాణ్ణి కాదు
(బక్కి శ్రీను హత్యకు చలించి)

-నవ తెలంగాణ,24 జూన్,2019

మరణం లేని పాట

పాటకు చావు వస్తుందా?
అక్షరమైన వాడు మరణిస్తాడా?

ఆ పాట
ఎన్నెన్ని ఉద్యమాలను కలగన్నదో?
ఎన్నెన్ని పాదాలకు నెత్తురెక్కించిందో?
ఎన్నెన్ని అడవుల్ని మనుషుల్తో నింపిందో?
పొడుస్తున్న పొద్దు మీదినుంచి దూకి
ఎన్నెన్ని నక్షత్రాలను ముద్దు పెట్టుకున్నదో?
పాటకు విశ్రాంతి లేదు

ఆ పాట లోపల
వేవేల పేజీల చరిత్ర సారం
తరాల నాటి నిజమైన మనిషి పరిమళం
త్యాగాలతో విరగబూసిన మోదుగుపూల వసంతం
చీకటి తొడిగిన సమాజపుటాకాశం మీద

మొలిచిన ఎర్రెర్రని వెలుగు చుక్కలు

పాట ప్రపంచవ్యాప్తం

ఆ పాటను చంపడం కోసం

లాఠీలతో ఎందరు ఉరితాళ్లను పేనారో?

ఆ పాట గుండె లోగిలి మీదికి

ఎన్ని బుల్లెట్లతో దండయాత్ర చేశారో?

ఆ పాటను మోసుకొచ్చిందని

ఎన్నిసార్లు గాలి మీద కాల్పులు జరిపారో?

ఆ పాట ముందు

అందరూ ఓడిపోయారు

ఒక్క ప్రజలు తప్ప

పాట ప్రజల సొంత ఆస్తి

ప్రజల పాటకు చావు రాదు

ప్రజల మనిషికి మరణం లేదు

(ప్రజా వాగ్గేయకారుడు గద్దర్ మరణించిన విషాద సందర్భంగా)

-ఆగస్టు 10, 2023 నవతెలంగాణ

****

మా అవ్వ

బురద నుంచి పుట్టిన
నల్లదామెర మా అవ్వ

మట్టిగోడలతో మొలిచిన గుడిసెకు
గడ్డి కిరీటం పెట్టుకున్న రాణి మా అవ్వ

అడవిలోని ఇప్పచెట్ల కింద
కన్నీటి పూలను ఏరుకుంటూ
నా చిన్నారి దోసిట్లో పోసిన తీపి జ్ఞాపకం
ఇప్పటికీ నా కళ్లల్లో తిరుగుతూనే ఉంటది

కొమ్మలే లేని నిటారు మొర్రిచెట్లను
మా కోసం రెండు చేతులతో బతిమిలాడి
పళ్ళను గుళ్లలోకి దించిన మధురస్మృతులు
నోట్లో నీళ్ళలా గుండెలో ఊరుతూనే ఉంటయి

అవ్వ అడవి నుంచి నడిచొస్తుంటే
ఆకలి పాటలు పాడుతున్న పేగులతో

మా ముగ్గురి చూపులూ
గంప మీద గుడ్డీగలై మూగేవి

తునికాకు కోస్తున్నప్పుడు చూడాలి
మా అవ్వే
ఒక ఆకుపచ్చని అడవిలెక్క కనిపించేది

నాట్లు వేస్తూనో కలుపు తీస్తూనో
కోత కోస్తూనో మోత మోస్తూనో
నిత్యం చెమట పూలతో పరిమళించేది

ఏ ఆకారమూ లేని మట్టిని
మునివేళ్ళతో ప్రేమగా నిమిరి
సాంచ మీద అందమైన ఇటుకలుగా మలిచి
నాన్నతో పాటే ప్రాణ ప్రతిష్ట చేసేది అవ్వ

రెక్కలు ముడుచుకోని పిట్టలా అవ్వ
ఇంటా బయట
కాలాన్ని పనిగుర్రమెక్కించి తోలుతూనే ఉంటది

తోకల రాజేశం

కూరకుండలో ఏదీ లేనప్పుడు తొక్కు నూరినా
నాన్న తెచ్చిన చేపల కూర చేసినా
మా అవ్వ చేతిలోని అదృశ్య మంత్రదండమేదో
మా కంచాల్లో అమృతం కురిసేది

నాయిన వీలు కాదన్నా వినకుండా
పట్టుబట్టి నా నెత్తిమీద
నాలుగు అక్షరాలను రాల్చింది అవ్వ

అందుకే నెలనెలా నా జేబులో రాలుతున్న
జీతం రాళ్ళమీద
చదువురాని అవ్వ వేలిముద్రలే కనిపిస్తయి నాకు

ఇన్ని చిక్కులమధ్య
ఇప్పటికీ నన్ను బతికిస్తున్నది
ఆక్సిజన్ లాంటి అవ్వ ప్రేమనే

జూన్,2026,'భూమిక' మాసపత్రిక

****

మేరా భారత్ మహాన్

వేలయేళ్ల కిందటే ఈ మట్టి మీద
శాంతి దీపాలను వెలిగించిన వాడు
సమానత్వ సూత్రాలతో జనాలను కట్టపడేసిన వాడు శాస్త్రీయతా పునాదుల
మీద ఆలోచనలను అంటుకట్టిన వాడు
బుద్ధునంతటి వాని పాదాలను మోసినందుకు
ఈ నేల నిజంగా మహోన్నతమైనదంటాను నేను

రాజ్యాల కోసం రక్తాలు పారుతున్న కాలంలో
ప్రజాస్వామ్య రాజ్యాన్ని గిజిగానిలా నిర్మించిన వాడు బలాన్ని, బలగాన్నీ
ధర్మ యాగంలో సమిధలుగా మార్చిన వాడు
దేశానికి తొవ్వను చూపి తన ధర్మచక్రాన్ని బహూకరించిన వాడు
పాలకుల పాలిటి నిఘంటువు అశోక చక్రవర్తి ఏలిన
నా భరతదేశం నిజంగా నాకు గర్వకారణమంటాను

నా దేశం మీద తెల్ల గ్రహణం కమ్ముకున్నప్పుడు
ముసిరిన చీకట్లను ప్రాణత్యాగ దీపాలతో పారదోలిన వాళ్ళు
ఒంట్లోని రక్తాన్ని ధార పోసి దేశపు మట్టికి సింధూర తిలకం దిద్దిన వాళ్ళు

అన్నీ వదిలేసి దేశం కోసం విగ్రహాలై నిలుచున్న వాళ్ళు
స్వాతంత్ర్య వీరుల రక్త సిక్త దేహాలను ముద్దాడిన
ఈ నేలమ్మను నీళ్లు నిండిన కళ్ళతో ముద్దాడుతూనే ఉంటాను

వేల కులాలతో కుళ్ళిపోయిన సమాజాన్ని
తన మేధో జలంతో కడిగి శుభ్రపరిచినవాడు
తన జాతి ప్రజల మేలుకొలుపు కోసం కడుపు పంటను నిలువునా
కాల్చేసుకున్న వాడు
రాజ్యాంగంతో దేశానికి వెన్నెముకనిచ్చిన వాడు
నేల మీద నడిచిన గ్రంథా లయం అంబేద్కర్ ను
కన్నందుకు నేనెప్పుడూ నా దేశానికి ఋణపడే ఉంటాను.

- *'మేరా భారత్ మహాన్ 'కవితాసంకలనం*

****

అబద్ధం

నిజం నీళ్ల మీద నడుస్తుంటే
అబద్ధం గాలిరెక్కల మీద ఊ రేగుతోంది

పుచ్చిపోయిన వస్తువును రంగలద్ది అమ్మినట్టు
కళ్ళకు కనిపించే వాస్తవాన్ని హత్య చేసి
అబద్ధాన్ని శవాన్ని అలంకరించినట్టు మెరిపిస్తారు

అప్పుడప్పుడు గతాన్ని
నిర్దాక్షిణ్యంగా జుట్టుపట్టుకొని ఈడ్చుకొచ్చి
అచ్చం ద్రౌపదిని అవమానించినట్టే
నిండు సభలో నగ్నంగా నిలబెడతారు

చరిత్రను చెరబట్టటం
మహోన్నతుల కథలపై ఆసిడ్ దాడులు చేయటం
లేనివాటిని ఉన్నవాటిగా
ఉన్నవాటిని లేనివాటిగా వింత వింత ఉచ్చులు వేయటం
వారి నిరంతర పవిత్ర కార్యక్రమం

కుట్రల నిచ్చెనమెట్లతో ఎదిగి
ప్రత్యర్థుల మీద అబద్ధాలతో అల్లిన వల విసరడం
న్యాయస్థానాల సాక్షిగా
ధర్మాన్ని ఖైదు చేయటం
గాలి వీచినంత సహజంగా
ఉచ్చులో చిక్కిన ప్రజల చేత జేజేలు కొట్టించుకుంటుంది

మురికి కాళ్ల ఈగ
ముట్టని పదార్థం లేనట్టే
అబద్ధం దూరని సందులూ గొందులూ ఏవీ లేవు
మెదళ్ళ మీద ముసుగుకప్పిన అబద్ధం
దేశానికి అందమైన నాటకాన్ని విందు చేస్తుంది

అబద్ధాల కడుపుల్ని చీల్చి
లోపటి పురుగుల్ని కనుక్కోవడం
ఆకలి కోరల్లో చిక్కి శల్యమవుతున్న పేదలకు
ఎన్నడు సాధ్యమవుతుంది?

ఎవరికీ పట్టింపులేని ఇంట్లో
పట్టపగలే దొంగలు వృత్తిధర్మాన్ని నెరవేర్చినట్టు
ఎవరి బతుకుగుర్రం మీద వారు
నిశ్చింతగా స్వారీ చేస్తున్నంత కాలం
అబద్ధమే అందమైన చరిత్రలు రాస్తుంది
అందులో నేనైనా నువ్వయినా ఎప్పుడూ బానిసలమే.

-ప్రజాతంత్ర,ఏప్రిల్ 03,2026

****

నువ్వు అణుబాంబువి

అయ్యో నా తోడబుట్టిన చెల్లెలా!

వాని దృష్టిలో మనుషులంటే రెండే జాతులు తల్లీ!!

ఒకటి నీచ జాతి రెండోది ఉన్నతమైనజాతి

మనుషుల రక్త నాళాల గుండా

మతాలు పారుతున్నంత సేపు

ఆలోచనా లోచనాలమీద

కులాలు సవారీ చేస్తున్నంత సేపు

మానవత్వానికి చిరునామా దొరుకుతుందా చెప్పు?

నిన్ను నీచమైన జాతిదానిగా శపించి

బందీఖానాలో వేసిన వాడు

నీకసలు స్వాతంత్ర్యమే లేదని

మంత్రాల నోటితో పలికించిన వాడు

వాని మెదడు మీద దేవుడై కూర్చున్నాడు కదమ్మా!

వానికి నువ్వెలా మనిషిగా కనిపిస్తావు

నువ్వొక ఆటబొమ్మవనుకుంటాడు వాడు
ఊపిరి లేని తోలు బొమ్మవనుకుంటాడు

కామం గజ్జితో కంపు కొడుతున్న వాడు
నిన్ను పాదాల కింద తొక్కిపెట్టాలనుకుంటాడు
కానీ వాడికి తెలియదు
నువ్వు వాని పాదాలను రెండుగా నరుకుతూ
తల ఎత్తే ధాన్యపు గింజవు
వాని అణువణువునూచీల్చి
ముక్కలు చేసే అణుబాంబువి

(మహిళల పట్ల నోరుజారుతున్న మత ప్రవక్తల పట్ల నిరసనగా)

-జనవరి,2026 'నెచ్చెలి' అంతర్జాల మాసపత్రిక

****

సమూహ

అనుకుంటాం కానీ
మనిషి లేకపోతే బతకగలమా?

బతుకుయానంలో ఒంటరితనాన్ని
గుండెమాత్రం ఎన్నాళ్ళు మోస్తుంది?

గాయపడిన కాకి చుట్టూ
జాతిప్రేమ గొంతు చించుకుంటుంది
తేనెటీగల సమిష్టి ప్రేమబంధం
నెనరింకిన నాలుకలమీద తీపి సంతకం చేస్తుంది
సామూహిక ప్రభాత భేరిని మోగిస్తున్నట్టు
పిచ్చుకల సందడినుంచి కళ్లు తెరిచే ఉదయాలు
ఎంత కాంతివంతంగా ఉంటాయో!

ఊరికే చెరువొడ్డున
మనసంతా ముక్కలుగా నములుతున్న ఒంటరితనాన్ని

నీటి అలలమీద అడుగులేస్తూ జారిపోయే గులకరాళ్లలా ఎంతసేపని
విసరగలం?
చెరువు నీటిని ముద్దాడటానికి
వంగినట్టుగా వేలాడుతున్న
గిజిగాని గూడులోని కీచుశబ్ద తరంగాలు
అంతరంగ వీణను ఎంత హాయిగా మీటుతాయో!

నాన్న భుజం మీదనుంచి బుజ్జగించి దించిన
నాగలి పొలమంతా నాట్యం చేస్తుంటే
అమ్మతో పాటే తోడుగా అమ్మలక్కలు ఆ వేదికను నాట్లకర్రలతో అందంగా
అలంకరిస్తారు
శ్రమ బంధంలో విరబూసిన మనిషితనం
లోలోపటి మైదానాలకు ఎంత అద్భుతంగా ఆకుపచ్చదనాన్ని అద్దుతుందో!

బతుకు తొవ్వలో నడవాలంటే
ఒంటరితనాన్ని తోడు చేసుకుంటే కుదురుతుందా?

అనుకుంటాం కానీ
మనిషి లేకపోతే అస్సలు బతకలేము

-మే,2026 'ఈ మాట' అంతర్జాల పత్రిక

****

ఉచ్చు

ఆకుపచ్చని సౌందర్యంతో
ధగధగా మెరిసే ఒకానొక చెట్టుమీద
గుండెల్లో ప్రేమలు మాత్రమే పారే పిట్టలు
తమ పూర్వీకుల చెమట చుక్కలు ఇంకి
చిగురించిన కొమ్మలే వాటి ఆవాసాలు

ఒక్కో కొమ్మ మీద
కాపు రాజయ్య గీచిన అందమైన బొమ్మల్లాగా
ఎన్నోరకాల పిట్టలు

పిట్టకూ పిట్టకూ మధ్య
తరతరాలుగా విరబూస్తున్న ప్రాకృతిక స్నేహబంధం
గూళ్ళు వేరైనా
కొమ్మలు వేరైనా
తల్లిలాంటి చెట్టు మాత్రం ఒకటే
పిట్టలది వేరు భావన ఎరుగని

చెట్టుకు తల్లివేరులాంటి జీవిత తాత్వికత

వాటి మధ్య
ఏకాలమూ మాన్పలేని
ఆకుపచ్చని అనురాగ బంధం

చెట్టు పచ్చగా బతకటం
పిట్టలు ఐక్యతారాగం పాడటం
నచ్చని మనిషొకడు వచ్చాడు
కడుపులో కత్తులు
అసలు వేషం వేటగాడు

చెట్టును కూల్చి కట్టెలమ్ముకోవటం
పిట్టలు కాల్చి విందు చేసుకోవటం
వాని అంతరంగపు కత్తికి
వేలాడుతున్న ఆలోచనలు

చెట్టుకు కాపలా పిట్టలు
పిట్టలకు ఆసరా చెట్టు
అందుకే ఒకే దెబ్బకు రెంటినీ కూల్చాలనుకున్నాడు

ఒక పిట్ట దగ్గరికి ప్రేమ ముసుగుతో వెళ్ళాడు
పక్క గూట్లోని పిట్ట రంగు వేరన్నాడు
అది పరాయి చెట్టు మీదిదన్నాడు
విశాలమైన గుండెను ఇరుకు కొంపగా మార్చాడు

మరో పిట్టతో నీ గొంతు మధురమన్నాడు
పక్కనున్న పిట్ట గొంతు విన్నావా?
దానిది నీ జాతి కాదన్నాడు
రెంటికీ నడుమ ఇనుప కంచె వేశాడు

ఇంకో చిలుక దగ్గరికి వెళ్లి
నోటినిండా కొత్త పలుకులు నింపాడు
దాని ఆలోచనలకు గన్నేరు పప్పు తినిపించాడు
అది విద్వేష గీతాలకు పల్లవులు పాడుతోంది

వేటగాని పథకం పారుతోంది
చెట్టు నిలువునా కూలబోతోంది
పిట్టలు చావటమో, చెట్టు వీడి పోవటమో

నిజానికి రెండూ మరణాలే!

అప్పుడే ప్రకృతి ధర్మం తెలిసిన పిట్టలన్నీ
వేటగాని పద్మ వ్యూహానికి ఎదురెళ్ళాయి
పిట్టల మెదళ్లను కడిగి నిజమేమిటో చెప్పాయి
మనిషిరూపాన్ని వొలిచి వేటగాణ్ణి చూపించాయి

వేటగాని వెన్నులో వణుకు మొలిచింది
ఇప్పుడు తలమీద కాళ్లతో రక్కుతూ
చైతన్యం నిండిన పిట్టలు

-పాలపిట్ట కవితా సంకలనం-2026

****

హమారా హైదరాబాద్

హైదరాబాద్! హైదరాబాద్!!
ఈ పేరు వింటే చాలు నరాల్లో అనిర్వచనీయమైన
కొత్త ఉత్సాహం పొంగుతుంది
చిన్నప్పుడు కచ్చురం బండిమీద అమ్మమ్మ ఇంటికి వెళ్తుంటే
మనస్సు గాలిపటమై ఎగిరినట్టు
హైదరాబాద్‌కి వెళ్తుంటే
కొత్త నీటికి ఎదురెక్కే చేప పిల్లలాంటి ఆనందం

ఇక్కడి నేలలోనో గాలిలోనో నీటిలోనో
మా తాత ముత్తాతల పాదముద్రల పరిమళాలున్నాయేమో
నగరంలో అడుగు పెట్టగానే
నిలువెల్లా పూసిన పూల చెట్టునవుతాను

బుద్ధుని ముందు నిలబడితే
చెవిలో శాంతిమంత్రం ఊదుతాడు
తెలుగు తేజోమూర్తులు మన రక్తంలో కరిగి
దిశను చూపి ముందుకు పొమ్మంటారు

ఎన్ని సంస్కృతులు? ఎన్ని భాషలు?
సముద్రంలో నదులన్నీ చేరి స్నేహపరిష్వంగం చేసుకున్నట్టు
నగరం నిండా దేశదేశాల ప్రజలు

చల్లని నీడనిచ్చి పండ్లతో ఆకలి తీర్చే
చెట్టులాంటి తల్లి హైదరాబాద్

తవ్విన కొద్దీ తియ్యగా ఊరుతున్న చెలమ దీని చరిత్ర
ఎంతమంది రాజులను కడుపులో దాచుకుందో
ఎన్ని కట్టడాలను గుండెపై నిలుపుకుందో
ఎన్ని ఉద్యమాలకు ఓనమాలు దిద్దించిందో
నాలుగు దిక్కుల నిండా కీర్తి తోరణాలు
అల్లుకున్న చార్మినార్ నా హైదరాబాద్!

ఇది నీదో నాదో మాత్రమే కాదు
కడుపులోని ఆకలి పేగులను మీటుతూ వచ్చిన
ఎవరినైనా పిడికెడు అన్నం ముద్దతో దీవించే
మనందరి భాగ్యనగరం.

14,జూన్2026 'సంచిక' అంతర్జాల వార పత్రిక

****

గుప్పెడు ప్రేమ కోసం

మనిషికే ముంటది
పిడికెడంత గుండె ఉంటది
దానిలో ఆకాశాన్ని సైతం నింపేటంత ప్రేమ ఉంటది
తోడుకోవటమే తెలియాల్సిన విద్య

కష్టాలను సుఖాలను
మల్లన్న బోనంకుండలోని బెల్లంబువ్వ లెక్క
పాయిరంగా పంచుకోవాల్సిన చోట
కులాల విస్తారాకులు పరుసుడెందుకు?

బండారునూ ఊదునూ కలిపి
అలాయి బలాయి గీతాలల్లుకుంటూ
అగ్ని సాక్షిగా స్నేహితులమైన చోట
మతాల కత్తులతో గోడ కట్టుడెందుకు?

ఆమె నువ్వూ కలిసి
మట్టిగోడలమీద వాలిన ముగ్గులోని జంట పక్షులై
పచ్చ పచ్చని కలల పాటలు పడుకోవాల్సిన చోట
బతుకు తరాజుమీద మగవాడినని మొగ్గుచూపు డెందుకు?

నెత్తురునూ చెమటనూ మండించి
నీ యింటి నిండా నాజూకైన సుఖాలను పరిచి
నిన్ను లాభాల మెట్లెక్కించిన చోట
కార్మికుల కన్నీళ్లను దోచుకోవటమెందుకు?

మది మైదానంమీద విరిసిన పచ్చని వసంతాన్ని నరికి
బ్రహ్మజెముళ్లను నాటుకోవటమెందుకు?

అయినా మనిషికేం కావాలి
గుప్పెడు ప్రేమ
తన కోసం ప్రేమగా కురిసే రెండు కళ్ళు.

-Asianet News (తెలుగు), 25 నవంబర్,2023

****

సమర వీరులు

ఇప్పటిదాకా ఎందరి ప్రాణాలు
ఆకాశం మీది నక్షత్రాలై ప్రకాశిస్తే
మన జీవితాలలో అలుముకున్న చీకటి తోకముడిచింది

భారత స్వాతంత్ర్య సమరంలో ముందు నడిచిన
ఎన్ని ప్రాణాలు నీటిమీది బుడగల్లా పేలిపోతే
మనమీనాడు స్వేచ్ఛగా గొంతులు సవరించుకొని
వందేమాతరం గీతాల్లోని చరణాలమై పరుగెడుతున్నాం

సర్వాయి పాపన్నలు, చాకలి ఐలమ్మలు, బందగీలు
ఎంతమంది కర్కశ భూస్వాముల దోపిడీ చరిత్ర మీద
తిరుగుబాటు సంతకాలు చేసి మరుగునపడితే
మనమిప్పుడు సొంతభూములపై హక్కుపత్రాలు రాసుకుంటున్నాం

తెలంగాణ మట్టికి బిగిసిన సంకెళ్లను తెగ్గొట్టటానికి
ప్రజా పోరాటాల బాటలలో

ఎందరి బతుకులు బలిపీఠమెక్కితే
'జయజయహే తెలంగాణ' గొంతులో జయగీతమై పొంగుతోంది

సరిలేని వీరులెంతమంది
సరిహద్దుల్లో యుద్ధాల్లో నాడుల్లో దేశభక్తి నిండిన
రక్తంతో దేశపు మట్టికి పౌరుషం రేఖలు దిద్దితే
మనమిక్కడ నిశ్చింతగా నిద్ర ఒడిలో సేద తీరుతున్నాం

ఎంతమంది తమ ప్రాణాలను
ఈ మట్టిలో కలిపితే సారవంతమయ్యిందో కదా నేల!
అందుకే చెట్టుపుట్టినంత స్వేచ్ఛగా మొలకెత్తాం!

ఇప్పుడు లేరని వాళ్ళను అమరవీరులంటారేమో!
కాదు వాళ్లెప్పుడూ సమరవీరులే!!

-చరిత్రలో ఒకరోజు, కవితా సంకలనం

****

అందుకే అది అక్షరం

నువ్వు దాని పెడరెక్కలు విరిచి
గొంతుకోసి చంపాలనుకుంటావు
చావటానికది పిట్టో చెట్టో కాదు
అది అక్షరం

మొన్నటికి మొన్న
హరిత గీతాలు ప్రవహించే అడవి మధ్య భాగంలో
ఎర్రెర్రని గీతాలై పల్లవించినప్పుడు
అక్షరం మీదికి ఇనుప తుపాకులను ఉసిగొల్పావు
అక్షరం మరింత ఎర్రబడిందే కానీ
సచ్చి పుచ్చిపోతుందనుకున్న నీ ఆశ తీరనే లేదు

నిన్నటికి నిన్న
గాయపడిన ఉద్యమాల మీద
మెత్తని నల్లాలం ఆకు లేపనమై
పచ్చి పచ్చి జీవితాలను గానం చేసిన

నిన్ను నడిపిన అక్షరం మీదికి

తాయిలాల పగ్గాలు విసిరి

నీ ఇంటి ముందు కట్టేసుకోవాలనుకున్నావు

అజేయమైన దాని ప్రజాబలం ముందు

నీ అధికారం చిన్నదైపోయి నల్ల మొఖ మేసుకున్నావు

ఈరోజు మాటల కళ్ళకు గంతలు కడతానంటావు

పాటల గొంతుకు ఉరి బిగిస్తానంటావు

ఆటల నిండా నీ సింగరామే కనిపించాలంటావు

ప్రశ్నను జైల్లో వేసి చిత్రహింసలు పెట్టాలనుకుంటావు

చివరికి ఒంటరిగదిలో

అక్షరాన్ని తలచుకొని గజగజా వణికిపోతావు

ఇప్పటికైనా

అధికారం మత్తు కమ్మిన కళ్లను శుభ్రంగా కడుక్కో

వింటున్నావా?

ప్రశ్నకు లాగే

అక్షరానికీ మరణం లేదు

-సోపతి, ఆగస్టు18, 2019

****

స్ఫూర్తినిచ్చే తల్లులు

అడవికడుపులో పూచిన
ఎర్రని మోదుగుపూలు సమ్మక్క సారలక్కలు

ఇప్పపూల పరిమళం లెక్క
అడవి అడవంతా వ్యాపించిన రెండు కాళ్ళ బంగారు లేడి పిల్లలు
అక్కడి మట్టిమీద కన్ను తెరిచిన
అకుతోని కాయతోని పండుతోని ప్రాణంతో అల్లుకున్న
ప్రకృతి ప్రేమికులు

అడవికి అతి వయ్యారంగా నాట్యం నేర్పించిన కొండకిందనే
ఆయుధాలను భుజకీర్తులుగా ధరించటం నేర్పిన యుద్ధ వీరనారీమణులు
రాచరికపు కాలంలోనే అడవితల్లి ఇంటి గడపలో
ప్రజాస్వామ్య పరిపాలనను స్వప్నించిన ప్రజా పాలకులు
మదపుటేనుగుపై పంజా విసిరే సింహాల్లా
రాజ్యాధికారమదం మీదికి దూకిన సివంగులు

గడ్డుకాలం ప్రజలా? "ప్రాణమా? అన్న ప్రశ్నను తెచ్చి చేతిలో పెట్టినప్పుడు

నిస్సహాయులైన ప్రజలకోసం

శత్రువుల గుండెల మీదికి

ప్రాణాలను బాణాలుగా వదిలిన త్యాగ ధనులు

అడవి బిడ్డల హక్కులకోసం పోరాడి

వారి గుండెల్లో గుడికట్టుకున్న వనదేవతలు

తమ జాతి రక్తనాళాల్లో ప్రవహిస్తున్న

ఎర్రని కుంకుమ నదులు

అడవంటేనే అందరిదీ

అందుకే అడవి తల్లులు అందరి తల్లులయ్యింద్రు

-ఆత్మ గౌరవ ప్రతీక, కవితా సంకలనం

****

చెరువు తల్లి

చెరువు గట్టుమీద నిలబడితే
గతమంతా తరంగాలు తరంగాలుగా స్ఫురణకు వస్తుంది

అందమైన గిజిగాని గూళ్ళు వేలాడుతున్న చెరువులో
రెక్కలు పుట్టని పిట్టలకు ఎన్ని మాటలు నేర్పానో?
కార్తీక దీపాలు పెట్టినట్టు పూచిన
తామర పూలతో ఎన్ని దండలల్లేవాడినో
అప్పుడే పుట్టిన బుల్లిచేపపిల్లలను
దోసిట్లోకి తీసుకొని ఎన్ని పేర్లు పెట్టేవాడినో?
నా తొలినాటి స్నేహప్రపంచమంతా చెరువులోనే కొలువుండేది

వానాకాలం చూడాలి చెరువమ్మ సోయగాన్ని
అపురూపంగా లేలేత ప్రాణాన్ని మోస్తున్న
నిండు గర్భిణిలా దర్శనమిచ్చేది
మేమంతా తల్లి కడుపులోనుంచి సరాసరి
చెరువు కడుపులోకి చేరుతాం బువ్వ పెడుతుందని

ఎండాకాలం మొదలవగానే
మా బెస్తోళ్ల ఇళ్లముందుకు చేపల ఋతువు దిగేది
చెరువుతల్లికి మొక్కితే
మాకు బుట్టెడు బుట్టెడు చేపలిచ్చేది
తన కడుపులో వల వేసి దేవితే
మా కడుపులు నింపిన కన్నతల్లి మా చెరువు
చెరువుతో మా పేగుబంధానికి ఎన్ని వేల ఏళ్ళో?

చెరువుకు పగలూ రాత్రీ కాపలా కాస్తూ
గట్టు మీద ముళ్ళతో బెదిరిస్తూ ఊడుగుచెట్లు

చెరువు వెనుక పొలాలకు
ప్రేమతో బిడ్డకు స్తన్యమిచ్చే తల్లిలా
నిండా నీళ్లు నింపి సంతోషపడేది
పాలువోసుకున్న వరికంకులలో దూరి
రైతుకు వినపడేలా గలగలా నవ్వేది చెరువు

తూము నుంచి పొలాల దారిపట్టి
వెండి ఒడ్డాణంలా మెరిసిపోతూ

ఒడ్లొరుసుకుంటూ పారుతున్న చెరువునీటిలో

నత్తగుళ్లలా దొర్లుతూ

తోకలేని చేపనయ్యే వాణ్ణి

నా బాల్యాన్ని బలీయంగా అల్లుకున్న

తడి జ్ఞాపకం చెరువు

అప్పటికీ, ఇప్పటికీ

చెరువంటే మా కన్నతల్లే!

****

మతం పులి

చరిత్ర పొదవునా మతం
నిరంతరం రక్తసిక్త దారులను పరుస్తూనే ఉంది
మనమే వాటిని
అశోకుడు వేసిన బాటల్లాంటివని భ్రమపడుతున్నాం

పురుషుని చెప్పుచేతుల్లో భద్రంగా అఘోరించమని
చుట్టూ దైవ శాసనాలను అల్లింది కానీ
మహిళను మనిషిగా
ఏ మతం చూసింది చెప్పు?

ఏ మట్టిలో పుట్టినా
పచ్చగా విస్తరించే నీడలాంటి చెట్టు కాదు మతం
దానికి ఖచ్చితంగా కోరలుంటాయి
అవి మెదట్లో మొదట్లోనే దిగుతాయి

అధికార కుర్చీ కింది
నాలుగో కాలు విరిగినప్పుడల్లా ఆదుకునేది మతం
అది మామూలు మనిషి గుండె చప్పుడెప్పుడూ కాదు

నిజానికి మనిషి రక్తం మరిగిన పులి-మతం

మతాలను, వర్గాలను, కులాలనూ
సప్త సముద్రాల్లో ఖననం చేసి
ప్రేమైక మానవ సంగీతాన్ని ఆలపించాల్సిన సందర్భంలో
అమాయకుల ప్రాణాలను మతపు తుపాకీ గొట్టాలు పీలుస్తున్నాయి

ఈ భూమిని కేవలం
మా మతపు సంకెళ్లతోనే బంధించాలని చూసే
వెర్రి తత్వవాదులు
చిలుకలు వాలని చెట్టులా
మిగిలిపోయిన మతాన్ని ఏం చేసుకుంటారు?

మెదళ్ల నిండా చీకట్లు నిండిన చోట
మానవత్వమే ప్రేమ జ్యోతులు వెలిగించాలి
విశ్వ మానవ సౌభ్రాతృత్వం ఈ భూగోళం మీద
ప్రాణవాయువై పచ్చగా విస్తరించాలి.

-ఫిబ్రవరి, 2026 'విహంగ' అంతర్జాల మాస పత్రిక

****

జీవితం

ఎన్ని రాత్రుళ్లు లెక్క పెట్టినా
చుక్కల సంఖ్య నేటికీ తెగడం లేదు

వానాకాలం
మా ఊరి చెరువమ్మ నిర్వహించే
కప్పల బెకబెకల సంగీత కచేరీలా
నా మది నిండా ఎవరికీ వినిపించని రోదనలు

చీకటి గుండెల్లో భయం పుట్టిస్తూ
అవిచ్ఛిన్నంగా సాగే కీచురాళ్ళ రొదలా
బుర్రనిండా తెగిపోని అనంతమైన ఆలోచనలు

అందరూ వున్న ఏకాంతంలో
లోలోపటి శాంతి రెక్కలొచ్చిన పావురంలా ఎగిరిపోయాక
నా బతుకంతా
కారునలుపు చీకట్లు కమ్మినట్లనిపిస్తుంది

నెత్తిమీద దిగులు లాంటి చీకటి మబ్బులు
కమ్ముకున్న నడిజాము రాత్రిలో
తళుక్కున కళ్ళముందు మెరిసిందొక మిణుగురు పురుగు
నా దారికి కాగడాదీపమెత్తినట్లు

రాత్రికి పడమటి మంచం మీద
నిద్రపోయిన సూరీడు
చీకట్లను తరుముతూ వస్తాడు
అచ్చం నన్ను నా జీవితం తరిమినట్టే!

-17 మే, 2026 'సంచిక' అంతర్జాల వార పత్రిక

****

నా తల్లీ!తెలంగాణా!!

ఎన్ని దశాబ్దాల ఒంటరి వలపోత తల్లీ నీది!
చరిత్ర పొడవునా నువ్వు సాగిన దారివెంట
అయితే కన్నీటి వర్షాలు లేకపోతే రక్త జలపాతాలు
నేటికీ నీ చంకకు వేలాడుతున్న జోలెలో
నిజంగా శాంతి కురిసిందా, తల్లీ!

ఎన్నివేల వివక్షలు దాటి
ఎన్ని తోవల ముళ్ల కంపలు కాల్చి
ఎన్నెన్ని సంకుచితపు కాంక్రీటు గోడలు కూల్చి
నీ బిడ్డలతో ఉద్యమం బాట పరిచావో కదా!
నిజమైన ఉద్యమానికి విరామముంటుందా, తల్లీ!

అందరి కడుపులకు సమానంగా బువ్వ అందాలని
చదివిన చదువులతో ఉద్యోగాలను వెలిగించుకోవాలని
మన వనరులన్ని మన బతకులనే పండించాలని
అర్ధశతాబ్దిగా దిగులు సముద్రంలో ఈదులాడితివి కదమ్మా!

నీ ఆశయం జలాశయమై పరవళ్లు తొక్కిందా, తల్లీ!

నీ వాకిట్లో మొలిచిన తెలుగుపదాలకు
నీ మట్టిలో పుట్టిన ఘనచరిత్రలకు
నీ ఇంటి చూరుకు వేలాడిన సకలకళలకు
తల్లికొంగు పరిచి మరో వెయ్యేళ్లకు సరిపడా దీవించావా, తల్లీ!

యేళ్లుగా నీ కళ్ళలో సుడులు తిరిగిన నీళ్లు తప్ప
నీ బిడ్డల పొలాల్లో గంగాజలాలు సరాగాలందుకున్నాయా తల్లీ!
నీ బిడ్డల చెమట నుంచి పండిన రూపాయి బిళ్ళలు ఈ నేలను
స్వర్గధామంగా మలుస్తూ
నీ గుమ్మిలోనే బంగారుగుడ్లను పొదుగుతున్నాయా, అమ్మా!
పాత కాలంలో కోల్పోయిన ఉద్యోగాలు
జామచెట్టు మీద వాలిన చిలుకల్లా
కళకళలాడుతూ నీ గుమ్మం ముందు ప్రత్యక్షమయ్యాయా, తల్లీ!

మా ఎదుగుదలను ఎదలో తలచుకుంటూ
ఎన్ని కలలు కన్నావో కదా!
కమ్మని మా భవిష్యత్తు కోసం
ఎన్ని రంపపు కోతలు చవిచూశావో కదా!

నువ్వు కోరుకున్న ఇల్లు కట్టుకున్నావు కానీ
కోరుకున్న స్వేచ్ఛాస్వాతంత్ర్యాలు
నీ గుండెసడిలో వినిపిస్తున్నాయా, తల్లీ!

****

మతం

మతం మతం మతం
దాని నీడ సోకకపోతే ప్రాణాలు పోయినట్టు
దాని పేరెత్తకపోతే అసలు మనిషే కాదన్నట్టు
గిజిగాని గూడులా అందంగా
ఇంకెంతకాలం అబద్ధాలనల్లుతావు

పుట్టినగడ్డ కోసం పోరాడి
పిడికెడు మట్టయిన వానికి
మనుషుల్ని మనుషుల్ని చేయటానికి
ఆకాశం మీద చుక్కగా మొలిచినవాడికి
మతమేదంటావు?

అడవిజంతువుల మధ్య ఆకులే బట్టలైనప్పుడు
చెట్లే ఇళ్లుగా మారి పచ్చగా బతుకుమన్నప్పుడు
సైగలన్ని భాషలుగా కొత్త రూపాలను తొడుగనప్పుడు
ఏ మతం సూర్యుడు కూడా మనిషి నెత్తి మీద ఉదయించలేదెందుకో?

లిపులే లేని కాలంలో

శాస్త్రాలు ఏ కలుగులో నిద్రపోయాయో?

మతం ఎవరి అభిమతం కోసం

పాతాళలోకంలో పవళింపు సేవలో మిగిలిపోయిందో?

ఒకే మట్టిని తింటూ పెరిగిన మనుషుల మధ్య

'గీత'లు పుట్టి శత్రుశిబిరాలకు ముగ్గుపోయకపోతే

మతాలను ఎవరు మందలిస్తారు చెప్పు?

దేవుని రాజ్యం కోసమని నువ్వు

మనుషులను బాంబుకత్తులతో ముక్కలు చేస్తుంటే

మతాన్ని ఎవడు మాత్రం కళ్లకద్దుకుంటాడు చెప్పు?

మనిషికోసం మతం పుట్టిందా?

మతం కోసం మనిషి పుట్టాడా?

నీ మెదడులో ఏనాడైనా

నాలుగు ప్రశ్నలు వెలిగించుకున్నావా?

మతానికైనా నీకైనా

ప్రశ్నలు భరింపరాని శత్రువులు

వాటిని మిత్రులు చేసుకొని ఈ ప్రపంచం వైపు చూడు

నీకందరూ మిత్రులుగానే కనిపిస్తారు

-05 ఏప్రిల్, 2026 'ప్రజాశక్తి' ఆదివారం అనుబంధం

****

దుర్వార్త

వార్తా పత్రిక చేతిలోకి తీసుకున్నప్పుడల్లా
ఆ వార్త మాత్రం ఉండకూడదనుకుంటాను

కోడి తన రెక్కలకింద దాచుకొని పిల్లలను మేపుకున్నట్టు
దేశాన్ని తన కడుపులో దాచుకుంటాడాయన
ఎండిపోయి బీడు చూపులు చూసే భూమికి
హరితరాగాన్ని అద్ది ప్రకృతిస్వరాన్ని పేనుతాడాయన

గ్రీష్మ ఋతువులోని పిల్ల కాలువలా
ఆయన కడుపు మాడిపోవటమేమిటో?

ఆబగా నోరు తెరిచే పంటకర్రలను
చెమటచుక్కలు పోసి పెంచుకునేవానికి
నూరుకోట్ల మందిని గింజగింజలో చూసుకొని
బాధ్యతగా భుజం మీద మోస్తున్న వానికి

తప్పుకు తగిన శాస్తి చేసుకునేవానిలా

పొలం గట్టునే సమాధిగా మార్చుకోవటమేమిటో?

దేశం సొమ్మును బెల్లం ముద్దను మాయం చేసిన
గండు చీమల గుంపులా దోచుకునేవాళ్లకు
వేలకోట్ల ప్రజల సొమ్మును అప్పుగా తీసుకొని
పార్లమెంటు సంతకంతో మాఫీ చేయించుకునేవాళ్లకు

మెడలో నిత్యం పూమాలలు తప్పితే
ఒక్క ఉరితాడూ వేలాడదెందుకో?

ప్రజలను ఆకలి యుద్ధంలో విజేతలుగా నిలుపుతున్న
మట్టి మనిషి బతుకుయుద్ధంలో ఓడిపోతూ
పెద్దపెద్ద వార్తల నడుమ ఓ చిన్నవార్తగా అదృశ్యం కావటం
ఇప్పటి నాదేశ ముఖచిత్రం

ఆ దుర్వార్త అక్షరాల్లోకి ఒదగని రోజుకోసం
నేను రోజూ ఎదురు చూస్తుంటాను

నా ఆశను పరిహాసం చేస్తూ
కడుపులోని పేగులను కరకరా కోస్తూ
ఆ వార్త మాత్రం నన్ను గాయపరుస్తూనే ఉంటుంది
****

ఆమె

ఆమె

తల్లితనాన్ని అపురూపంగా

కడుపులో మోయక పోయి ఉంటే

నువ్వయినా నేనయినా ఈ భూమ్మీద మొలిచేవాళ్ళమే కాదు

ఆమె

అక్కగా చెల్లెగా

మన బతుకు మట్టి మీద అనుబంధాల బొమ్మరిల్లు కట్టకపోయి ఉంటే

నువ్వయినా నేనయినా ఎర్రటి ఎండ చెట్టు మీది

ఒంటరి పక్షులమయ్యేవాళ్ళం

ఆమె

మన అడుగులో అడుగు వేస్తూ సహచరిగా

ఇంటిలోపలి బరువునూ, పరువునూ నిట్టాడులా

ఎదగదిలో దాచుకోకపోయి ఉంటే

నువ్వయినా నేనయినా నడిబజారు మీద
ఎగిరే జెండాలమై తలయెత్తి తిరిగేవాళ్ళమే కాదు

అసలు ఆమే లేకపోతే
లోకమెప్పుడో "మగబారి" ఎడారిగా మారిపోయేది

నీ కోసం నా కోసం
కేవలం మనకోసమే
ఆమె ఎన్ని పాత్రల్లో జీవించిందో ఏనాడైనా ఆలోచించావా?

ఒరేయ్ నీతి తప్పిన వాడా!
ఆమె మనల్ని బతికిస్తున్న ఆక్సిజన్ లాంటిది రా
బంధించాలని చూస్తే చచ్చేది నువ్వే
ఆకాశం మీద ఉమ్మేస్తే
నీ మొహమే "నల్లమొక" మవుతుంది.

-డిసెంబర్, 2026 'విహంగ' అంతర్జాల మాస పత్రిక

****

సహోదరులు

వాళ్ళూ మనుషులే
నాలాగో, నీలాగో
జీవితం మీద వేల పున్నమి వెలుగులను
తెల్లవారు జామున వచ్చే కలల చిత్రపటాలపై
కుమ్మరించుకుంటూ బేలగా మేల్కొనేవాళ్లే
ఎదుటి వారి కళ్ళకు గంతలు పేనాలనుకోవటం లేదు

అచ్చం మనలాగే
ఏ దేశంలో, ఏ మతంలో, ఏ కులంలో
పిడికెడు మాంసం ముద్దగా కళ్ళు తెరవాలో
నిర్ణయించుకోలేని అనాది పరిమితి మధ్య
చిగురుటాకు మీది నృత్యాలను
నిత్యకృత్యంగా మార్చుకుంటున్నవాళ్లే
ముళ్ల పొదలై గాయాలు గీయాలనుకోవటం లేదు

నీలాగే

నువ్వనుకుంటున్న దేవునిముందు నిల్చొని

కళ్ళు మూసుకుంటావు చూడు

అచ్చం అలాగే

వాళ్లూ ఒళ్లుమరిచిన తన్మయత్వంతో

భక్తి చెట్టుమీది చిలుకలై పోయేవాళ్లే

గద్దలుగా ఎవని నెత్తీ కొట్టాలనుకోవటం లేదు

మనందరిలాగే

వాళ్లకున్నది కూడా ఆకలి కడుపే

నోరు తెరిచి నువ్వెలా తింటావో అలాగే

ప్రకృతితో తరతరాలుగా సాగిస్తున్న

ప్రేమ యుద్ధంలో పుట్టిన అన్నం ముద్దనే తింటారు

వాళ్ళేమీ మనుషుల రక్తం తాగాలనుకోవటం లేదు

వేషమో భాషనో

రంగో నమ్మకమో

వేరువేరు అయితే కావొచ్చు

మనందరి వేళ్ళు పాతుకున్నది ఇదే మట్టిలో కదా!

మన శ్వాస నాళాల్లో వీస్తున్నది ఒకే గాలికదా!

మై డియర్ ఇండియా!

ఎవడు ఒప్పుకున్నా ఒప్పుకోకపోయినా

భారతీయులందరూ సహోదరులే!

ఆగస్టు,2026'విహంగ'అంతర్జాల మాస పత్రిక

****

సైన్సు విజయం

ఎన్ని వేల ప్రయోగాలు
ఈ నేల మట్టి నుంచి పుడితే
మనమీరోజు హరితగీతాలమై ప్రవహిస్తున్నాం
తెల్లని బువ్వ పాటలు పాడుకుంటున్నాం

ఎన్ని లక్షల శరీరాలకు
వానచినుకులు తూట్లు పొడిస్తే
ఎండ నిప్పుల కొర్రాయితో మలాము పూస్తే
తలమీద ఇంత నీడను కప్పుకున్నాం

ఎంతమంది మన తాతలు
ప్రయోగాల ప్రమాదాల మధ్య గ్రీజుగా నుజ్జు నుజ్జయితే
మన ఇంట్లోని వస్తువులనుంచి
హాయిగా సుఖాన్ని పిండుకుంటున్నాం

ఎంతమంది శాస్త్రవేత్తలు
నెత్తురును చెమట చుక్కలుగా ధారబోస్తే
భూగోళాన్ని బంతిలా చేసుకొని పిట్టల్లా వాలి
మూలమూలల్లోనూ గూళ్ళు కట్టగలుగుతున్నాం

ఎన్ని మెదళ్లను
సైన్సు ఆకురాయి మీద సానపడితే
చంద్రుని మీద మన జెండా నాటగలుగుతున్నాం

మంత్రాలకు చింతకాయలు రాలలేదు
విజ్ఞాన శాస్త్రం మెట్లు లేకుండా
చంద్రుని చల్లని కౌగిలింతలు దక్కలేదు

భూమి మీదనయినా
చంద్రుని మీదనయినా
మనిషి విజయమెప్పుడు
సైన్సు విజయమే!

(చంద్రయాన్ విజయవంతమైన సందర్భంగా)

****

వల

నాన్న ఎలుమును వేళ్ళతో సుతారంగా ఆడిస్తూ
వల అల్లుతున్నాడు
"ఇదేంటిది నాన్నా?" పసితనమూ అమాయకత్వమూ
కలగలసిపోయిన చూపులతో నేను
"జిమ్మలు పట్టటానికి వల నేస్తున్న"
ఖాయమైపోయిన రేపటి గెలుపువార్త తెచ్చే
చిరుగర్వం నాన్న పెదాల మీద

వల అంటే మోసమని నాకప్పుడు తెలియదు

పొయ్యిమీది మంగులం పెంక లెక్క
మలమల మాడుతున్న కడుపులకు
వలవేసి చేపలు పట్టటమొక పవిత్రవృత్తి
ఆకలిపోగులు నేసి చేసిన వల నాన్నది

వయసుతో పాటూ వచ్చిన ఓటుహక్కు తప్ప

తమకంటూ ఏమీ లేనివాళ్లమీద

వల విసిరి ఓట్లు దోచుకోవటం

అధికార రాజ్యాంగంలో నేరంగా నమోదు కాదు

వాని గుమ్మినిండా ఓట్లను నింపుకొని

పేడతో మెత్తు వేసుకుంటున్నాడు

ఇంతకీ వాని వల రహస్యం ఏమనుకుంటున్నారూ?

కులమొక పోగు మతమింకొక పోగు

ప్రజాస్వామ్యపు మొండికత్తి తెంపినా తెగని వల

వల అంటే మోసమని వాళ్ళకెప్పుడు తెలుస్తుంది?

వేటగాని ఎత్తుకు చిక్కిన సింహంలా

దేశమిప్పుడు వలలో విలవిల

-15, ఏప్రిల్ 2026 'సారంగ' అంతర్జాల పక్షపత్రిక

****

జోహార్ సాయన్న

నువ్వెక్కడుంటే అక్కడ పండుగ
నీ పేరు ముందు చేరిన పండుగ ప్రజల కన్నుల్లో
వెలిగించి తృప్తి పడిన నిజమైన నాయకునివి

ఒక పూట తినడమే పండుగైన వాళ్లకు
దొరల ఇళ్లలో గుడ్డి దీపాలై మసకబారిన వాళ్లకు
నువ్వెన్ని పండుగల్ని రుచి చూపావో?
ఎన్ని గుండెల్ని చైతన్యంతో నింపావో?

పేదవాళ్ళ రక్తమాంసాలను దోచుకుంటున్న వాళ్ళ మీద
భూములను చాపగా చుట్టి దాచుకుంటున్న వాళ్ళ మీద
నీ చేతి కత్తి సింహమై దూకింది

కడుపులోని ఆకలిమంటలతో మాడిపోతున్న వాళ్ళ మీద
దొరల పాదాలకింద మల్లెపూవులవుతున్న వాళ్ళ మీద
నీ చూపు దయావర్షం కురిసింది

పెద్దోళ్ల కంట్లో సూర్యునివి

పేదోళ్ల ఇంట్లో చంద్రునివి

పొద్దంతా పెయ్యిని చెమటనీటిలో స్నానం చేయించినా
కొంగులో నాలుగు అన్నం మెతుకులు రాలకపోవటానికి
వాడు గట్టుమీద కడుపులోని చల్ల కదలకుండా కూర్చున్నా
వానింట్లో సకల సౌకర్యాలు కుక్కపిల్లల్లా తిరగటానికి
కారణాలు కనిపెట్టిన సామాజిక శాస్త్రవేత్తవు నువ్వు
పోరాటమే బడుగు బతుకులను మార్చే ఆయుధమని
ప్రజలకు సాయుధ మంత్రాన్ని బోధించిన వీర విప్లవ నాయకునివి

నీ వీరత్వం మొగిలయ్య గొంతులోని పదాల నుంచి
మా రక్తంలోకి ప్రసరిస్తుంది
నీ ఉనికి ఈనాటికీ పన్నెండు మెట్ల కిన్నెర మీద
కొత్త చిగుళ్లను తొడుగుతూనే ఉంటుంది

ప్రజల మీద కొత్త కొత్త ఆధిపత్యాలు
కమ్ముకుంటున్న దుర్మార్గపు రోజుల్లో
నీ తలపు వేయి ఏనుగుల బలం
నీ మార్గం వంద రకాలుగా న్యాయం

****

మేము భారతీయులం

ఎవరో ఒకరు తెగించి
అన్యాయమన్యాయమంటూ హోరెత్తి
నాలుగు రోడ్ల కూడలి మీద ప్రాణాన్ని
దీపం చేసి వెలిగించుకుంటే తప్ప
మా నాడుల్లోని నెత్తురుకు వేడి పుట్టదు

ఎవరో ఒకరు అన్నీ త్యజించి
ప్రకృతిని వికృతిగా మారుస్తున్న వారిపై పోరాడుతూ
అడవిని అరచేతుల్లో పెట్టుకొని సంరక్షిస్తూ
తూటాలను గుండెల్లో దాచుకుంటే తప్ప
మా నోటి నుంచి మాటలు ఊడిపడవు

ఎవరో ఒకరు గట్టిగా ఆలోచించి
చెమట చిందిన మట్టి పరిమళాల మీదుగా
మోదుగుపూలలాంటి పాటల్ని మోగించి
రాజ్యం కంట్లో కారమై మండిపోతే తప్ప

మాకూ గొంతుండి సచ్చిందన్న సంగతి గుర్తే రాదు

ఎవరో ఒకరు గొంతు చించుకొని
దేశం తలరాతను మార్చిన రాజ్యాంగం సాక్షిగా
పులులకు ఆహారమైపోతున్న మేకపిల్లల్లాంటి
హక్కుల మీద హక్కుపత్రాల కోసం కొట్లాడితే తప్ప
మాకూ హక్కులుంటాయన్న సంగతే తలకెక్కదు

ఎవరో ఒకరు పరీక్షనాళిక తెచ్చి
దేశభక్తితో తయారు చేసిన బంగారు కత్తితో పొడిచి
మా రక్తంలో అనునిత్యం రెపరెపలాడుతున్న
జాతీయ పతాకాన్ని టెస్ట్ చేస్తే గానీ
మేము భారతీయులమని ఎవరూ నమ్మరు

****

న్యాయం జరుగుతుంది

న్యాయస్థానం న్యాయంగా మాట్లాడితే
రాజ్యాంగాన్ని గర్వంగా తలమీద మోస్తుంటే
అంబేద్కర్ వేలు పట్టుకొని ముందుకు నడుస్తుంటే
నీ గుండెల్లో గునపాలు దిగుతున్నాయా?
నీ నెత్తురులో మమ్మల్ని కాటేసే పాములు బుస కొడుతున్నాయా?

మా నాలుకల మీది నుంచి అక్షరాన్ని
నీ కుట్రాయుధంతో దూరం చేసినోడివి
మా రెక్కల కష్టం మీద పడి తిని
మా పేద పేగులకు ఆకలిని ఇనాంగా ఇచ్చినోడివి
మా బతుకుల్లో పూచిన వెన్నెలను గుంజుకొని
మా మూతులకు చీకట్లను రుద్దినోడివి
ఇప్పుడు కొత్త కుట్రలు సాగవేమోనని భయం గుప్పిట్లో దూరావా?

మనిషిని మనిషిగా చూడని నువ్వు
మా అడుగుల్లో కులం వాసనని గెలికే నువ్వు
నిన్నూ నన్నూ కన్న తల్లులను అబలలను చేసి
పంజరంలో బంధించిన నువ్వు
అందరికీ సమాన న్యాయం అందుతుందని

తోకల రాజేశం

కళ్లల్లో పచ్చి మిరపకాయలు నంజుకున్నావా?

"దళితుడు మాకు న్యాయం చెప్తాడా?అన్యాయం"
ఇదే కదా నీ గుండెల్లో కులుకుతున్న కువ్వారపు మాట
న్యాయం మీ చెప్పుచేతల్లోనుంచి తప్పించుకున్నదనే గదా!
నీ లోని మనువు నిద్ర లేచి ఓంద్ర పెడుతున్నది
నువ్వు మా గొంతులకు బిగించిన ఉరి పాటలకు
పల్లవులు అందుకోవడం లేదనే కదా నీ భారీ బరితెగింపులు

మా పై ఆధిపత్యం చెలాయించటానికి
కొత్త కొత్త (అ)ధర్మ మార్గాలు తవ్వే కపట బుద్ధీ!
రాజ్యాంగం మా తలపైన నీలి ఓజోన్ పొర
నీ మాయలు, మంత్రాలు,కుతంత్రాలు పారవు

ఆ రాజ్యాంగాన్ని మోస్తున్నందుకేనా
న్యాయ స్థానం మీద నీ చెప్పుల నిందలు
పిల్లి శాపనార్థాలకు ఉట్టి తెగుతుందా?
నువ్వెన్ని దుర్భాషలాడినా న్యాయం చిన్నబోదు
న్యాయానికి న్యాయం జరిగే తీరుతుంది.

-13 అక్టోబర్,2025'తెలుగు ప్రభ'దినపత్రిక

****

తపన

మన చుట్టూతా
పచ్చని ప్రేమనదులే పారుతున్నట్టనిపిస్తుంది
మనుషులంతా
పూసిన సింగిడీలోని పక్క పక్కనే ఉన్న రంగుల్లా మెరుస్తారు
పలకరింపులన్నీ
గ్రీన్ టీలో పిండుకున్న నిమ్మరసమంత తాజాగా పరిమళిస్తాయి
దగ్గరివాళ్ళు
ఒకే చెట్టుమీది పండును చెరోపక్క తినే చిలుకల్లా మురిపిస్తారు

ఎలా జరుగుతోంది అర్థం కాదు కానీ
అకస్మాత్తుగా
మధ్యలో అగాధమొకటి కండ్లు తెరుస్తుంది
అంతే....
అప్పటిదాకా గలగలా పరుగెత్తిన
నదులెండి నెర్రెలు వికటాట్టహాసం చేస్తాయి
కళ్ళముందు నుంచి మెల్లగా

ఇంద్రధనుస్సు జారుకుంటుంది
తియ్యటి గొంతులోకి
కటిక విషమేదో జారుతున్న యాతన
మదిలో లోతుగా వేళ్ళుతన్నిన మానవతా వృక్షం
విరిగిపడుతున్న వికృత శబ్దం

అంతా తలకిందులవుతుంది

మెదడును కరకరా నమిలే ఒంటరితనం
శరీరం మీద పాములా పాకుతుంది
లోలోపల ఏదో పగులుతున్నట్టనిపిస్తుంది
పరిసరాలన్నీ పరాయి వాసన కొడుతాయి

కళ్లకేమో నిరంతర తుఫాను లాంటి వర్షం
చెక్కిళ్ళు ఎదురు చూస్తాయి
ప్రేమగా తుడిచే చేతుల కోసం

****

విశ్వ నరుడు

అతడు
ఊరి చివరి గడ్డి గుడిసె మీద పొడిచిన
కవిత్వపు పొద్దు

తెలుగుతల్లి నెత్తిమీద
బంగారు పద్యాలను గుమ్మరించిన మహాకవి

వెలివాడ గడప మీది నుంచి సరాసరి
ఊరి నడిబొడ్డు మీదికి దునికిన
తోలు డప్పు మీది దరువు
అతని కవిత్వం

బరువైన భాషతోనూ
మోయలేని అలంకారాలతోనూ
నడుము విరిగిపోయిన పద్యానికి వైద్యం చేసి
అచ్చతెలుగు పదాల రుచిని చూపించిన వాడు
రాజులతో దేవాధిదేవతలతో

వారి ప్రణయ గాధలతో

పాచి కంపు కొడుతున్న కవిత్వాన్ని

అట్టడుగు మనిషి కన్నీటి చుక్కలతో

పరమ పావనం చేసిన వాడు

ఒక పక్క కులం కత్తి

గుండెలో కుమ్ముతుంటే

మరోపక్క కారే నెత్తురును

కవిత్వం శాంతి పావురానికి పూసి

దేశపు జెండాగా ఎగిరేసిన వాడాయన

తన నోట్లోనుంచి రాలిన పద్యం అంటరానిదని

పండితులంతా పక్కదార్లు పట్టిన చోటనే

కాలికి గండపెండేరాలు పూయించుకున్న ఘనుడాయన

అతడు కవిత్వాన్ని-జీవితాన్ని

రెంటినీ గెలిచిన విశ్వ నరుడు.

(జాషువా కవిత్వం చదివిన తరువాత)

03,ఆగస్టు 2026 'V6వెలుగు 'దినపత్రిక

****

రాజ్యాంగ దీపధారి

పుట్టిన నాటి నుంచీ
పుట్టిన గడ్డకోసమే
రక్త బిందువులన్నీ అక్షరాలుగా మార్చిన
నిజమైన దేశభక్తుడు

దేశమంటే
ఒక్క కులమే కాదని
కులాల పుట్టుకను స్కానింగ్ చేసి చూపించిన
సామాజిక శాస్త్రవేత్త

చీకట్లో ఎటువైపు నడవాలో
తెలియని స్వతంత్ర దేశానికి
రాజ్యాంగ దీపాన్ని వెలిగించి
చేతిలో పెట్టిన మార్గదర్శి

ఈ దేశంలో పుట్టిన

ప్రతి మనిషికి సమానంగా
హక్కులను పంచి పెట్టిన
నికార్సైన మహాత్ముడు

ఆయన లేకపోతే
ఈ దేశాన్ని ఏ రాహువు మింగేసేదో?
కింది జాతుల జీవితాలు
ఎంతగా 'తలకిందు'లయ్యేవో?

ఏ నాటికైనా
నా దేశాన్ని దేశంగా నిలబెట్టేది
ఆయన చూపుడు వేలే!

-14 ఏప్రిల్, 2024 'నవ తెలంగాణ' దినపత్రిక

****

కొత్త పాట

నువ్వు మా గుంపులోవాడివే
పాట మాత్రం వాడెవడిదో గొంతులో నింపుకున్నావ్
నీ పారవశ్యం, తన్మయత్వం చూస్తుంటే
నా మనసంతా దిగులు కొండల కింద నలిగిపోతోంది తమ్ముడూ!

ఆకాశమంత ఎత్తుగా ఎదగాల్సిన మనల్ని
రెక్కలు విరిచి మూలకు నెట్టిన కథలనే
నువ్వు నెత్తి మీద పవిత్రంగా మోస్తున్నందుకు
బుద్ధుని మార్గం ఎంతగా దుఃఖిస్తుందో ఆలోచించావా?

నీ ఇంటి గడప మీద ఎన్నడూ ఉదయించని అక్షర బింబాన్ని
తెచ్చి నీ వొడిలో వేలాడదీస్తే
నువ్వేమో వాని చరిత్రనే వల్లెవేస్తున్నావ్
పూలే దంపతుల త్యాగానికి విలువ ఇదేనా?

నిన్ను పాదాల నుంచి పుట్టినోడని
వాళ్ల పాదాక్రాంతం చేసుకున్న నిజం చూడలేక
రాజ్యాంగం నీ నుదుటి మీద హక్కుల పత్రం ముద్రిస్తే
అంబేద్కర్ ని విడిచి వాని వేలే కొరుకుతున్నావా?

మన తాతల చరిత్రను మంటల్లో కాల్చిన వాడు
మన సంస్కృతిని నిలువునా హత్య చేసిన వాడు
మనకే అవి అబద్ధాల చరిత్రలని అబద్ధాలు నూరిపోస్తాడు
నీ మెదడులోని అణువణువునా వాడు పూసిన అబద్ధాలే!

మన తాతల రక్తం మీద పెరిగినోడు
మన చెమట చుక్కలు తాగుతూ బతుకుతున్నోడు
మన మధ్య విషపు చుక్కలు నాటుతున్నాడు
నిన్ను మేకపిల్లలా సనాతన వధ్యశిలపై అలంకరిస్తున్నాడు

నువ్వు ముమ్మాటికీ మా వాడివే
మన పాటలోకి అక్రమంగా దూరిన
వాని పల్లవులకు ఉరితాడు బిగించి
మూల వాసుల పాటలకు బాటలు వేద్దాం రా!

****

పిరికి చర్య

ఆయనేం దేశాన్ని
ఎవని మెప్పుల కోసమో
విపణి వీధిలో తాకట్టుపెట్టలేదు కదా!
నూటనలభై కోట్ల తలల్ని
అగ్ర రాజ్యానికి హారతి బిళ్ళల్ని చేయలేదు కదా!
పరాయి గడ్డమీద నోరుమూసుకొని
ఇక్కడ మాత్రం నిరంతరం
మతాల క్రూసేడులను రగిలించలేదు కదా!
రాజ్యాంగం సాక్షిగా
కిందుకులాలను జింక పిల్లల్లా వేటాడి వెంటాడే
మనువు సంతానాన్ని జేబులో దాచుకోలేదు కదా!
సామాన్యున్ని చూసి ముక్కు విరుస్తూ
రాకెట్టులా ఆకాశయానం చేస్తున్న
రూపాయి బిళ్లను అచ్చుగుద్దలేదు కదా!
తల్లిలాంటి మహిళలను శూర్పణఖలంటూ
ముసలి మంత్రగత్తెలంటూ మొరుగుతూ

దుశ్శాశన పర్వాలకు తెరతీయలేదు కదా!

ప్రజాసమస్యల ప్రస్తావనలకు భయంచెంది

పవిత్రమైన బాధ్యతను తుంగలో అడుగంటా తొక్కి

చీకటి కలుగులో దాక్కోలేదు కదా!

దేశం కోసం నిజంగా ఒరగబెట్టిందేమిటో

మీడియా సాక్షిగా చర్చకు పిలిస్తే

దేశవిదేశాల అందాల్ని చూస్తూ మైమరచి పోలేదు కదా!

మహాత్మా ఫూలే ఏం చేశాడు?

ప్రజల కోసం ఆలోచించాడు

చదువు దేశానికి - జీవితానికీ

కొత్త వెలుగులిస్తుందని బోధించాడు

మహిళ కూడా మనిషేనని చెప్పాడు

ఆమె చదివితే

ఇంటిలోని చెత్తనే కాదు

దేశంలోని చీకటినంతా ఊడ్చిపారేస్తుందన్నాడు

మనుషులంతా సమానమని చెప్పాడు

కింది కులాల మీది కుట్రలను ఫోరెన్సిక్ చేసి

నిజాలేమిటో అక్షరబద్ధం చేశాడు

ఇదేకదా! మీ తాతల వారసత్వం

మనుషులంతా ఒక్కటేనని ఎవరు చెప్పినా

మీరు చేసే పని ఇదేకదా!

మనుషుల్ని చంపుతారు

అప్పటికే చస్తే

వ్యక్తిత్వ హననం యథేచ్ఛగా సాగిస్తారు

విగ్రహాలై నిల్చుంటే

పశువుల్లా మీదపడి కూల్చుతారు

పిరికివాళ్లారా!

ఆయన విగ్రహం కూలుస్తారేమో!

ప్రజల గుండెల్లోని పూలేను ఎలా కాలుస్తారు?

రాజ్యాంగంలో చేరిన

ఆయన ఆశయాన్ని ఎలా నాశనం చేస్తారు?

(తెల్లాపూర్ లో కొందరు మూర్ఖులు పూలే విగ్రహం కూల్చే ప్రయత్నం చేసినప్పుడు)

-07 ఫిబ్రవరి, 2026'నవ తెలంగాణ

****

నాన్నంటే.....

నాకు నాన్నంటే భయం

తప్పు చేస్తే తన్నులు తప్పవని తప్పేదో, ఒప్పేదో అమ్మ చెప్తుంటే
నాన్న ఉరిమే మేఘమై చూసే చూపులే కనిపించేవి
ఆ ఉరుముల చాటున అమృతపు జలపాతం దాగుందని అప్పుడర్థమయ్యేది
కాదు

పచ్చని పొలం గట్ల మీదికో, చల్లని చెరువు కడుపులోకో
వెళ్దామని పథక రచన చేసినప్పుడల్లా
నాన్న శిలక్కొయ్యకు వేలాడదీసిన ముల్లుగర్ర మూడోకంటితో కనిపెట్టేది

నా వేలు పట్టుకొని లోకాన్ని
సినిమా చూపించినట్టేమీ చూపించలేదు నాన్న
కానీ.....
మా కోసం నాగలి మోసీ మోసీ కాసిన కాయలను మాత్రం చూపించాడు
మా బరువును ఎత్తీఎత్తీ చేతులు బండ బారి పోయిన వైనం

ఆనాటి నా లేత చేతులకు తెలిసేది కాదు

చేతుల్లాగే మా నాన్న గుండె కూడా బండనేమోనని అనుమానం వచ్చేది

అప్పుడప్పుడు

తిండిదగ్గర కూర్చున్నప్పుడు కానీ ఆయన నెయ్యి కుండ అని అర్థం కాలేదు

నా తల్లి లాగా నన్నెప్పుడూ మెచ్చుకునేవాడు కాదు నాన్న

ఊరిలోకి వెళ్తే కానీ ఆయన నా భవిష్యత్తు మీద ఎన్ని కలలు గీచుకున్నాడో

తెలిసిరాలేదు

ఇంత వయసు వచ్చినా నాన్న నాకు సంపూర్ణంగా ఏనాడూ అర్థం కాలేదు

నేను నాన్ననయితే కానీ నేనంటే నాన్న నీడనని ఎరుక కాలేదు.

-15 మార్చ్, 2026 'సంచిక' అంతర్జాల పత్రిక

****

మౌన రోగం

ఆయన నోటి బంగారు మాటలు
ఎవడో మాయల ఫకీరు చెట్టు తొర్రలో దాచిన
చిలుకల్లా భద్రంగా దాగుండిపోతాయి

వ్యూహాత్మక మౌనం
దేశాన్ని రావణ కాష్టంలా అల్లుకుంటుంది
అబద్ధాలు కాస్టీ్ల డివైజుల గుండా
అవిచ్ఛిన్నంగా పొగమంచు పొరల్లా కమ్ముకుంటాయి

నిజాలకు నిలువ నీడలేక
లాఠీలతో తలలు పగలగొట్టించుకొని
జైళ్లలో గదులు వెతుక్కుంటాయి

విద్వేషమొక్కటే
దేశంలో ప్రధాన తత్వగీతమై మోగుతుంది
హక్కుల గురించి మాట్లాడే
గొంతులకు సెక్షన్లు బిగుసుకుంటాయి

'వేరే 'గుంపు మీదికి
ప్రభుత్వ సింహాలు అధికార దాడులు చేస్తాయి

ఇక్కడ కులం మాత్రమే
మనిషి ఆధార్ కార్డుగా మారుతుంది
మతం మాత్రమే
దేశాన్ని నాలుగు పాదాల మీద పరుగెత్తిస్తుంది

ఎవరూ సొంతదైన పాట పాడలేని
స్మశాన సదృశ సంగీతకచేరీ యథేచ్ఛగా సాగుతుంది

ఇక్కడ ఎవరి గొంతులూ
ప్రశ్నలను పూయవు

వాడెవడో పేరుపెట్టి మరీ బెదిరించినా సరే
దేశం పరువు సముద్రంలో ఖననం చేస్తున్నా సరే
ఆయన నోటి ముత్యాలు రాలిపడవు
ప్రజలకేమో ఓటేయటానికి బొటనవేలు తప్ప
నోరుంటే కదా!

-మే, 2026 'ఉదయిని 'అంతర్జాల మాస పత్రిక

****

ఆట సాగుతూనే ఉంటుంది

గెలుపెవరిదో, ఓటమెవరిదో స్పష్టం కాదు కానీ
ఆట మాత్రం సాగుతూనే ఉంటుంది

సముద్రపు తీరంతో నిరంతరం
అలలు చేసే యుద్ధం లాంటి ఆట కొనసాగుతూనే ఉంటుంది

అలలు వెనక్కి తగ్గటం ఓటమేనా?
తీరానిది తీరని గెలుపు దాహం

లోపటి లోకంలో ఎన్ని కల్లోలాలో!

ఎప్పుడు నిప్పులుచిమ్ముతూ
బద్దలవుతుందో తెలియని అగ్ని పర్వతం అంతరంగం
స్రవించే దుఃఖపు లావాకు మాత్రం విరామముంటుందా?
కల్లోల సముద్రం వొడిలో ఎన్ని అగ్గికొండలో?

నిరాశ రాత్రిచెట్టుమీది గుడ్లగూబలా భయపెడుతుంది
ఉషోదయపు వెలుగు రేఖలు జీవితం మీద
ఆశల పందిళ్లను పరుస్తాయి

ఎప్పుడూ ఆట ఆటగానే సాగదు
అకస్మాత్తుగా యుద్ధమై కాలు దువ్వుతుంది
ఏదో ఒక శిబిరంలో దూకి
నెత్తురో కన్నీళ్ళో పారించక తప్పదు

ఆటగానో యుద్ధంగానో బతుకును
జోడెద్దుల బండిలా అదిలించక తప్పదు
నేను రెండు శిబిరాలుగా చీలినా సరే
ఆట మాత్రం సాగుతూనే ఉంటుంది

-22మార్చ్, 2026 'ఆంధ్రజ్యోతి 'ఆదివారం అనుబంధం

****

కళ్ళు తెరిస్తేనే.....

మాటలు తెగిపోతున్నాయి
గొంతులో నిశ్శబ్దం బాధ పెడుతూ ఉంది
రక్తమంతా చల్లగా తాపీగా ప్రవహిస్తోంది
ఆలోచనల నిండా ఏదో పరాయితనం మూలుగుతోంది

ఎక్కడ చూసినా
వాని వలలోనే చేపపిల్లలై లివలివ కొట్టుకుంటూ నా సోదరులు
వాని ఉరితాడునే
ఒళ్ళు తెలియని భక్తితో ముద్దాడుతూ నా వాళ్ళు
నా ఇంట్లోనే
వాడు నా మరణానికే దైవ శాసనం సృష్టిస్తాడు
నా దారికి
ఇనుప కంచెలు నాటి వికటాట్టహాసం చేస్తాడు
ఒంటరిని చేసి చంపటం
వాని ప్రాచీన దారుణ యుద్ధ తంత్రం

మెదళ్లకు తాళాలు బిగించి
చదువు మొఖం మీద ఆవు పేడను కొట్టి
గుండెలోకి మనోభావాలను ఇంజెక్టు చేసి
రక్త మాంసాలు మాత్రమే మిగిలిన రోబో గా మార్చి
వాడు మనల్ని అత్యంత దేశభక్తితో పాలిస్తాడు
మనం ఏదో జన్మలో చేసిన పుణ్య ఫలితమని చిందులేస్తాం!

మట్టిని ప్రాణంగా ప్రేమించే మనకు
దేశభక్తికి కొత్త నిర్వచనాలను పూసి వల్లెవేయమంటాడు
మనిషిని మనిషిగా చూసే మనకు
కులాలతో, మతాలతో చేసిన కొత్త అద్దాలు తొడుగుతాడు
అన్నదమ్ముల మధ్య వైరాలు సృష్టించటం
వాని తాతలకాలం నుంచి వస్తున్న
వారసత్వ అక్రమ చరిత్ర
చచ్చిపోయిన మన ముత్తాతల సాక్షిగా
చంపిన వాని చరిత్రనే వీరావేశంతో పాడుకుంటున్నాం

మన తలతెగుతున్నా సరే!
వాని కత్తినే కళ్లకద్దుకుంటున్నాం
మన బతుకుపాలకుండలో విషం చిమ్మినా సరే

వాని ధర్మాన్నే గుండెలమీద మోస్తున్నాం

కళ్ళు తెరిస్తే జననమన్నాడో కవి
నిజానికి ఇప్పుడు
కళ్ళు తెరిస్తేనే జీవితం

-మే,2026'విహంగ'అంతర్జాల మాస పత్రిక

****

చందమామ

ఎంత చల్లనివాడో కదా చంద్రుడు

నేను ఏ ఊరికి వెళ్లినా
అక్కడికి వచ్చి చల్లటి వెలుగులతో
దారి దారంతా చలువ పందిళ్లు పరుస్తాడు
చిన్నప్పటి నుంచి ఇప్పటిదాకా
నా వేలు విడిచిపెట్టని ఆత్మ బంధువాయన

కరెంటు వెలుగులు లేని అప్పటి మావాకిట్లో
నులకమంచంలో వాలి శశాంకుణ్ణే చూస్తూ
నిద్ర దుప్పటి కప్పుకునేవాణ్ణి
ఆశ్చర్యం!తెల్లవారేసరికి నా కలల్లో దూరిపోయి
ఎన్ని కథలు చెప్పేదో పేదరాసి పెద్దమ్మ
అచ్చం మా నానమ్మలాగే ఉండేదామె

తోకల రాజేశం

అప్పుడప్పుడు అలసిపోయేవాడో ఏమో
రాత్రుళ్లు మా చెరువమ్మ ఒడిలో
చిన్న పిల్లవాడిలా నిద్రపోయేవాడు పాపం

అమ్మ చంకలో కూర్చొని నోటి నుంచి
వెన్నెల కారుస్తున్న రోజుల్లో
నన్ను బువ్వ తినమని బుజ్జగించింది ఈ మేనమామనే
వరికళ్ళం దగ్గర రాత్రితిండికి కూర్చుంటే
దీపం పట్టింది ఈ తారాచంద్రుడే

నాకే కాదు తరతరాలుగా
ఎంతోమంది పేదల గుడిసెల ముందు
పాలవెన్నెలను గుమ్మరించిన సుధాకరుడు

వర్ణం కులం మతం అనే విభజనలు చూపించకుండా
అందరి కళ్ళలో సమానంగా వెలుగుపూలు పూయించే
చందమామ నిజంగా ఈ లోకానికి మేనమామనే.

-05 ఏప్రిల్, 2026 'సంచిక' అంతర్జాల వార పత్రిక

****

సత్యం 'వధ'...

నువ్వు నిజం మాట్లాడినప్పుడల్లా
నీ నొసటిమీద కుంకుమ బొట్టులాంటి
ఒక ముద్రను అచ్చుగుద్దుతాడు వాడు
గోడలకు సున్నం కొట్టినంత సులభంగా
నీ మాటలకు లేని
వింత వింత రంగులను పులుముతాడు
పలుకుల్లో వినిపించని అర్థాలకు
పండితోత్తములతో కొత్తభాష్యాలను పలికిస్తాడు
మాట్లాడటమెంత నేరమో
సాక్షాత్తు"రాజ్యాంగం"నోటితోనే పలికిస్తాడు

నిజానికీ-అబద్ధానికి మధ్యగల "గీత"
వాని అరచేతిలో కులుకుతూ కూర్చుంటుంది
నిజాల మీద నిషేధ విషాదాలను చిమ్మిన వాడు
జనాలమీదికి స్వేచ్ఛగా అబద్ధాలను
అణుబాంబుల్లా విసురుతాడు

తోకల రాజేశం

బాణం కొసకు విషం పూసినట్టు

ప్రతి మాటకూ అసత్యలేపనం రుద్ది మరీ వదులుతాడు

ఏది నిజమో,ఏదబద్ధమో అర్థం కాక

నువ్వూ-నేనూ

రెండు శిబిరాల్లో యుద్ధవీరులమవుతాం

యుద్ధంలో సత్యం నెత్తురుకక్కుతూ నేల రాలుతుంది

ఇక నిజమెప్పటికీ తేలదు

వానిముందు

నిజనిర్ధారణ కమిటీలు సైతం

అందమైన అబద్ధం మీద ఆటోగ్రాఫులు వేస్తుంటాయి

****

ఎర్రబస్సు

పల్లెను పట్నంలోకి

పట్నాన్ని పల్లెలోకి అంటుకడుతూ

తల్లీ పిల్లల పేగుబంధాన్ని

సజీవంగా నిలబెట్టడానికి నిరంతరం పొగలుగక్కుతూ

తపనపడే ప్రజల ఆత్మ బంధువు

పేరుకు ఎర్రబస్సే కానీ

అది నా పల్లెకు ప్రేమను పంచే మేనమామ

ఎన్ని వేల గుండెలను మోసి ఉంటుందో

ఎనభై ఏళ్ల మా తాతయ్యలా నిబ్బరంగా నిలబడింది

ప్రజల చమురు తాగినందుకు

నిరంతరం తన ఒడిలోకి నింపుకొని

ప్రజల పాదాలకు మట్టినంటకుండా భద్రంగా ఇంట్లో దింపుతుంది

ప్రజలంటే ఎర్రబస్సుకు ఎనలేని పావురం

బస్సుకు ప్రజలతో ముడి బిగిసిన పేగుబంధాన్ని

ఆయనెవరో ప్రయి'వేటు' కత్తెరతో కోస్తాడట

అందుకే బస్సు దుఃఖిస్తోంది
బస్సును నిరంతరం తన భుజ స్కంధాల మీద మోసే
రోడ్డు సైతం నల్లటి కన్నీళ్లతో ఏడుపెత్తుకుంది
ఎర్రబస్సుకు రెండు కళ్ళలాంటి
డ్రైవరన్న కండక్టరన్న కుటుంబాలతో కలిసి వలపోస్తున్నరు

ప్రజల బస్సును దొరల పెరట్లో
నాటుతుంటే చూస్తూ ఊరుకుంటారా?

మీరూహించినట్టు ప్రజలెప్పుడూ అమాయకులు కారు
చైతన్యం వాళ్ళ జీవధాతువు
తమ ఆత్మ బంధువు లాంటి బస్సునే కాదు-సంస్థను
సంస్థనే కాదు ఉద్యోగులను సైతం
కడుపులో పెట్టుకొని కాపాడుకుంటారు
(ఆర్టీసీ ఉద్యోగుల సమ్మెకు మద్దతుగా)

-21 అక్టోబర్, 2019'నవ తెలంగాణ 'దినపత్రిక

****

చదువుల తల్లి

వేల యేళ్లుగా నొసటి గీతలమీద
చీకట్లు తాండవం చేసిన శూద్ర జాతి మీద
రెండు కాళ్ల పశువులుగా ఊరవతలికి
బలవంతంగా వెలివేయబడిన అతిశూద్ర జాతి మీద
ఏ దేవుడూ కరుణకిరణాలు ప్రసరించకపోతే
నువ్వు కదా తల్లీ! అక్షర జ్యోతులు వెలిగించింది
కాళ్ల మీది వెన్నెముకను సవరించి
నిటారుగా చెట్టును చేసి నిలబెట్టింది

అజ్ఞానం గ్రహణంలా ఆవరించిన
బతుకుల మీద ఆలోచనలు చిగురింపజేసిన
అట్టడుగు వర్గాల వసంతకోకిలవు నువ్వు
మోసకారులు పన్నిన కుత్రోపాయాలను
చిక్కులు పడ్డ దారపుపోగులను విడదీసినట్టు
బట్టబయలు చేసిన మహామేధావివి నువ్వు

ఎన్ని అవమానాలను భరించావో తల్లీ!
ఎన్ని దూషణలను నీ మెడలో వాలిన
పూల దండలని సంభాళించుకున్నావో!
సమాజం విసిరిన చేదు గుళికలను మింగి
తియ్యటి ఫలాలను నిస్వార్థంగా పంచిన
ఆకుపచ్చని మనసున్న వనదేవతవు నువ్వు

తల్లీ! సావిత్రీభాయి పూలే!!
ఎంతమందికి చదువుల తల్లివయ్యావు!
ఎంతమందికి కడుపులో మోయని కన్నతల్లివయ్యావు!
చదువూ, జ్ఞానమూ ఈ దేశప్రజల మెదళ్లలో
మెదిలినంత కాలమూ నీ త్యాగానికి
ఈ దేశం ఋణపడే ఉంటుంది తల్లీ!

-03 జనవరి, 2026 'మనం 'దినపత్రిక

****

పుస్తకం

పొద్దు పొద్దుగాల
నిద్రచెట్టు మీది నుంచి దించే
కోడిపుంజు పిలుపు లెక్క
పుస్తకం నా కనులు తెరిపిస్తుంది

చిన్నప్పటి బడిలో
నా చిట్టి మనసులోకి సూటిగా ప్రవహించిన
దయానందం సారు పాఠం లెక్క
పుస్తకం పాయిరంగా
నా జేబులో కొన్ని అక్షరాలను నింపుతుంది

నల్లటి మా పొలంలో నుంచి నాగలితో
తెల్లటి అన్నంముద్దలను తవ్వి తీసే
నడుస్తున్న చెమటచుక్కమా బాపు లెక్క
పుస్తకం నా కడుపుకింత బువ్వ పెడుతుంది

జీవితం చేతిలో
వీపు సాపు చేయించుకున్నప్పుడల్లా
గాయానికి నల్లాలం ఆకు పసరయ్యే
జిగిరీ దోస్తులా
పుస్తకం నా చేతిలో చెయ్యిగా ఒదుగుతుంది

కలుషితం కాని నవ్వులతో
లోలోపలి చీకటినంతా కడిగేసే
నా ఇంటిదీపం లెక్క
పుస్తకం నా చేతిలోని కాగడా అవుతుంది

పుస్తకం నా చేతిలోనుంచి సూటిగా
రక్తంలోకి పరుగెత్తుతుంది
నన్ను నిజమైన మనిషిని చేస్తుంది

నమస్తే తెలంగాణ, 24 డిసెంబర్, 2021

****

పాట నిదురవోయింది

పాటకు పరిమళం అద్దిన వాడు
చెమట చుక్కలను పేర్చి
మట్టి పాటగా మల్చి
ప్రజల గుండెల మీద పొదిగిన వాడు
పాటకు పర్యాయపదం అందెశ్రీ

గొడ్లకాలిగిట్టలు రేపిన దుమ్ములోనుంచి
తత్వాన్ని అన్వేషించిన వాడు
అడవినుంచి పచ్చని మైదానాల్లోంచి
ప్రకృతి రహస్యాలను ఓనమాలుగా నేర్చుకున్నవాడు
విశ్వవిద్యాలయాలకు చదువని డాక్టర్ అందెశ్రీ

తెలంగాణా ఉద్యమాన్ని వెలిగించటానికి
ఎన్ని పాటల నిప్పురవ్వలో
ఎన్ని గొంతుతెగిన ప్రసంగాలో
పులకరించిన ఎన్ని జయ జయద్వానాలో

నిలువెల్లా పూసిన తెలంగాణ పాట అందెశ్రీ

పాటపాటలో ఎంత లోతైన చూపు
చరణం చరణంలో ఎన్ని నిగూఢ స్వరాలు
ఒక్క పాటతో జీవితాన్ని
మాటల భూతద్దంలో చూపించే నేర్పు
పాటల పాఠశాల అందెశ్రీ

కలం దించని అవిశ్రాంత యోధుడు
తలవంచని పచ్చనిచెట్టులాంటివాడు
ఈ మట్టి పొరలకేవో కమ్మని పాటలు
వినిపించటానికి నేలతల్లి కడుపులో
ఇల్లు వెతుక్కుంటూ వెళ్ళిపోయాడు

-ఈతరం కవిత్వం, యూట్యూబ్ ఛానెల్, 'జన గీతిక'
అందెశ్రీ స్మృతికవితా సంకలనం

****

నిన్ను చూస్తే జాలేస్తున్నది

అయ్యో మిత్రమా!
నీ నాలుక మీది అక్షరానికి 'రాచ'పుండు పుట్టి
సలుపుతున్న నీ బాధను చూస్తుంటే జాలేస్తున్నది

నీ చుట్టూ నువ్వే
పదిలంగా అల్లుకున్న ఇనుప పంజరాన్ని చూస్తే
బాధగొంతులోనుంచి పెకిలే నవ్వొస్తున్నది

సాహిత్యమంటే
రోగం చేసిన సమాజానికి చికిత్స చేసేదని
అక్షరమంటే
ఎల్లలు లేని ఆకాశంలో పక్షి చేసే స్వేచ్ఛాగానమని
గుర్తుపట్టలేని నీ అవిటితనానికి
నా మది దిగులు బండకింద నలుగుతున్నది

'ప్రభువెక్కిన పల్లకి కాదోయ్
అది మోసిన బోయీలెవ్వరు?' అనే ప్రశ్నాస్త్రాలను
సాధించే వెలుతురు దారులగుండా
తప్పిపోయిన గొర్రెవైనందుకు
పానమంతా తల్లడం మల్లడమయితంది

చివరికి సింహాసనం విసిరే
చిల్లర పైసలకోసం
ప్రభువుల పాటలు పాడే
చిలుక పలుకుల గుంపులో తేలినందుకు
విపరీతంగా రోత పుడుతున్నది

సాహిత్యమంటే
నిండా చీకటి కమ్మిన ప్రజల దారిలో
చల్లని చందమామలు తెచ్చి నాటటమేనని
అక్షరమంటే
ఆధిపత్యం మీదికి ప్రశ్నల రాళ్లను ఒడిసిపట్టి
గురిచూసి విసిరే ఒడిశెలేనని
ఒప్పుకోనందుకు కోపమైతంది

నువ్వు అంగీకరించవు కానీ

సాహిత్యమంటే

నీ మెడలో వాలిన దండలు కావు

నువ్వు తెచ్చుకున్న బిరుదులు కావు

నిన్ను ముంచెత్తిన శాలువాలసలే కావు

అక్షరాలంటే

నువ్వు పెట్టుకున్న కిరీటం మీది

రంగురాళ్లు కానేకావు

కేవలం కీర్తి కోసమే

అక్షరం వెంట పడిన నిన్ను చూస్తుంటే

నిజంగా సిగ్గేస్తున్నది

జులై,2026'విహంగ'అంతర్జాల మాస పత్రిక

****

కళ

ఎత్తయిన కొండ సొరగుల్లోంచి
సెలయేటి జాడ పుట్టినట్లు
ఆదిమానవుని వేటలోనుంచి
కళ కన్నులు తెరిచింది

క్రమంగా సెలయేరు నదిలా విస్తరించినట్టు
మూలవాసుల చెమటచుక్కలతో తడిసి
అరవై నాలుగు కొమ్మలతో కళకళలాడింది

వేట నుంచి పాట దాకా
కళ ఎన్ని రూపాల్లో ఒదిగిపోయిందో?

మెత్తని పూవులాంటి గుండెనిండా
మకరందంలాంటి ఆనందం నింపటమేనా?
చైతన్యాన్ని నూరిపోయటమూ కళ నేర్చుకున్న పాఠమే

మనిషికి కళ అంటే ప్రాణం
కళకు మనిషంటే కూడా!
మనిషీ కళా ఈ ప్రపంచానికి
సూర్య చంద్రుల్లాంటివి

ఈ చిక్కుచీకటి ప్రపంచానికి
రవిబింబం దివిటీ పట్టినట్టు
కళ మనిషితో నడవకపోయి వుంటే
లోకమెంత గుడ్డిదయ్యేదో కదా!

బహుశా!
జంతువుల్లోనుంచి వేరుపడిన మనిషిని
నిజంగా మనిషిగా అవతరింపజేసింది
కళ మాత్రమేనేమో!!

****

చూపుడు వేలు నీడ

ఆయన ఎన్నినిద్రలేని రాత్రులను
అక్షరాలతో వెలిగించుకుంటే తయారయ్యిందో
ఎన్ని చెమటచుక్కలను
మహాగ్రంథం మీద నాటితే చిగురించిందో
అన్నికాలాలూ పండ్లనిచ్చే మహా వృక్షమయ్యింది రాజ్యాంగం

నా తాతముత్తాతల నాలుకల మీద
నాట్యమాడటానికి నిరాకరించిన చదువుల తల్లి
రాజ్యాంగం చెప్పిందనే కదా!
మా గుడిసెగూటిలో పుస్తకమై వాలిపోయింది
ఏమీ లేని ఖాళీ చేతులకు
ఓటు హక్కును తొడిగితేనే కదా!
నేనూ మనిషినే అని నమ్మకం గుండెల్లో స్థిరపడింది

సూర్యుని సాక్షిగా
మట్టిలోనుంచి రెక్కల బొక్కెనలతో సమస్తమూ

తోడుకొచ్చిన నల్లటి కడుపులకు
తరతరాలుగా ఆకలి అగ్ని గుండమై దహిస్తే
రాజ్యాంగం కదా!
నీ కష్టాన్ని సరాసరి నీ గుమ్మిలోకి ఒంపింది

భూమి బరువును సగం మోస్తున్న మహిళా లోకానికి స్వాతంత్ర్యాన్ని
నిషేధించిన 'మనుఅధర్మ 'శాస్త్రాన్ని
ఆగ్రహజ్వాలల్లో మసిచేసిన ఆ చేయి
రాజ్యాంగంతో హక్కు పత్రాలను రాసిస్తేనే కదా
ఈనాడు సింహాసనం మీద సివంగులై గర్జిస్తున్నది

ఎంత మోసం
ఎంత దుఃఖం
ఎంత దారుణం
తరతరాలుగా కన్నీళ్ళను మాత్రమే తాగుతూ
దయతో విసరేసిన ఎంగిలికూడును కళ్లకద్దుకుంటూ
మురికి బట్టలను బాధ్యతగా చుట్టుకుంటూ
ఎవరికోసం పుట్టామో?
ఎందుకు చచ్చామో?

నా తలను ముట్టినవాడూ లేడు

దాని మీద మంచిదేదో రాసిన వాడూలేడు

రాజ్యాంగం ఈ దేశం తలరాతను తిరగరాసింది

మా తలమీద చెట్టునీడయ్యింది

ఆ చూపుడు వేలు నీడకిందనే కదా

మొదటిసారిగా మనమంతా సమనమయ్యాం.

-మార్చ్,2026'విహంగ' అంతర్జాల మాస పత్రిక

****

నడిచి వచ్చిన దారి

ఒకసారి వెనుకకు తిరిగి
నడిచి వచ్చిన దారిని చూసుకున్నావా?

నీకోసం మెత్తని గుండెల్ని పరిచి
సిద్ధం చేసిన తోవ మీద నువ్వేం చేసావు?
ఆకుల్ని పిండినట్టు గుండెల్ని పిండిగొట్టి
దారి పొడుగునా ఎర్రటి కల్లాపి చల్లావు!

నీ ప్రయాణం పరిమళించాలని
ఇరువైపులా ప్రేమను పోసి పెంచిన మొక్కలనేం చేసావు?
కంటిచూపుతో కామాంధులను పిలిచి
పూల బతుకుల్ని కాళ్ల కింద తొక్కించావు!

నా కడుపుని ఆకటి చెట్టుకు వేలాడ దీసి
నీ బొర్రనిండా గింజల్ని నింపితే ఏం చేసావు?
నా చెమట చుక్కలతో పులకించిన భూమాతను

హిరణ్యాక్షునివై చుట్టచుట్టి చంకలో పెట్టుకొని పోయావు

దాహం వేస్తున్నదని అంటే నీ గొంతుకు
నీటిపొరనవుదామని వస్తే నువ్వేం చేసావు?
నీళ్ళమీద మతం పేరును రాసి
నా ఆశల కుండను భళ్ళున పగుల గొట్టావు

నీ పాదాలకు ఎండనిప్పులు తాకి
కమిలిపోతాయని జోళ్ళు తొడిగితే నువ్వేం చేసావు?
నా వీపు మీద కొరడాతో
కులం ముద్రను గుద్ది పంపించావు!

నీ మాటల్లో దేశంమీది ప్రేమ గంగానది లెక్క
పొంగుతుందని చేతిలో పగ్గాలు పెడితే ఏం చేసావు?
రోజూ ఏదో ఒక శవంతో పాటు కాలిపోయే
దుఃఖిత స్మశానంగా మార్చేసావు!

ఎన్ని రోజులు దేశం కళ్ళమీద
కుంకుమ పొడులు చల్లి కబోదుల్ని చేస్తావు?
పిడికెడు బువ్వకు నోచుకోక శవాలైన

మనుషుల మీదపడి పేలాలేరుకుంటావు?

నీలో పారుతున్నది రక్తమనుకుంటున్నావేమో?

అవి మా నోరులేని మనుషుల కన్నీళ్లు!

-'అనేక'," తెలుగుప్రభ" దినపత్రిక దీపావళి ప్రత్యేక సంచిక

****

www.ingramcontent.com/pod-product-compliance
Lightning Source LLC
LaVergne TN
LVHW030727061126
851857LV00019B/2024
* 9 7 8 8 1 9 8 8 1 8 4 9 2 *